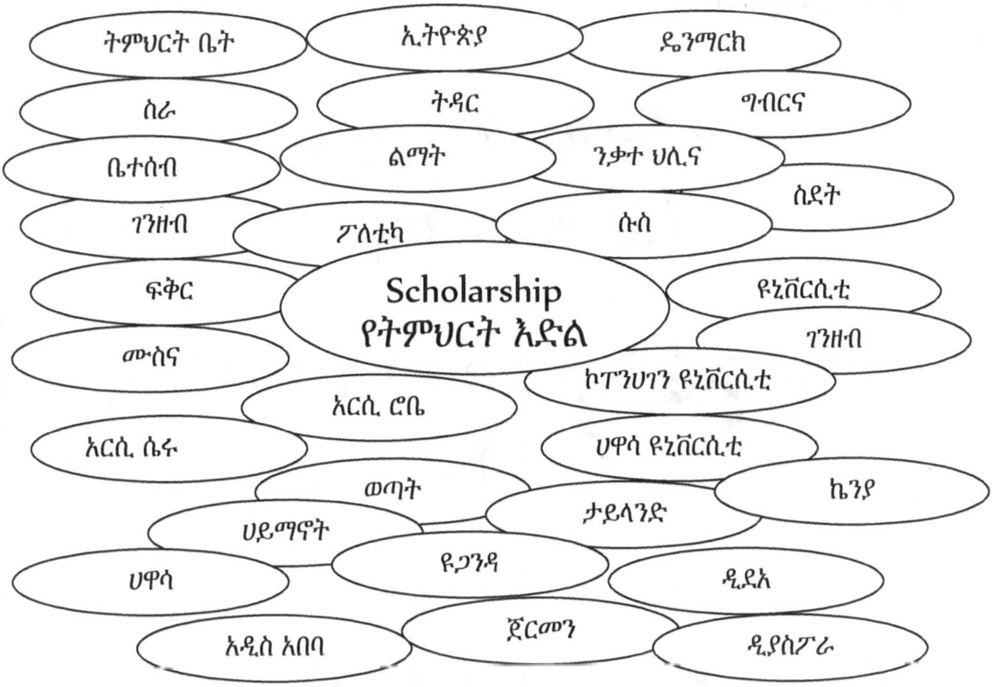

ትምህርት ቤት

ኢትዮጵያ

ዴንማርክ

ስራ

ትዳር

ግብርና

ቤተሰብ

ልማት

ንቃተ ህሊና

ስደት

ገንዘብ

ፖለቲካ

ሱስ

ፍቅር

# Scholarship
# የትምህርት እድል

ዩኒቨርሲቲ

ገንዘብ

ሙስና

ኮፐንሀገን ዩኒቨርሲቲ

አርሲ ሮቤ

ሀዋሳ ዩኒቨርሲቲ

አርሲ ሴሩ

ወጣት

ታይላንድ

ኬንያ

ሀይማኖት

ዩጋንዳ

ሀዋሳ

ዲዴአ

አዲስ አበባ

ጀርመን

ዲያስፓራ

# የትምህርት እድል
## (Scholarship)

ከአርሲ ሴፉ እስከ ኮፐንሀገን
ዴንማርክ


በእውነተኛ ታሪክ ላይ የተመሰረተ


ፍቃዱ ረታ አለማየሁ
ሐምሌ 2009 ዓ.ም.
ሀዋሳ
ኢትዮጵያ

# መግቢያ

ይህንን መፅሀፍ ለመፃፍ ከ10 አመት በላይ ዝግጅት ያደረግኩ ሲሆን ለመፃፍም የተነሳሳሁበት ምክንያት ጥሩ ፀሀፊ ስለሆንኩ ወይም መፅሀፍ በመሸጥ ሀብታም ለመሆን ሳይሆን ለሀገራችን የጋራ እድገትና የተሻለ ትውልድን ለመፍጠር ሁሉም የበኩሉን ሊያደርግ ይገባል ከሚል እምነት የተነሳ የሚቻለኝን የመወያያ ሀሳብ ለልጆቼና ለነገው ትውልድ ለማበርከት ነው:: ይህ መፅሀፍ ለእኔ ማሟሻዬ ነው፤ እናቶቻችን አዲስ የእንጀራ ምጣድ ገዝተው ለመጀመሪያ የሚጋግሩት እንጀራ እንደማለት ነው::

ከዚህ በፊት የተወሰኑ የምርመር ፅሁፎች ያሳተምኩ ቢሆንም ይህ መጽሀፍ ታዋቂ ፀሀፊዎች የሚፅፉትን አይነት ልብ አንጠልጣይ ድርስት ወይም ላቅ ያለ የሀሳብና የአጻጻፍ ስልት ያለው አይመስለኝም:: ቢሆንም ከትምህርት ህይወት ጋር የተያያዙ የራሴን የህይወት ልምዶች መሰረት በማድረግ መጫው ትውልድ ይወያዩበት ዘንድ ጀባ ብያለሁ፤ በተጨማሪም መጽሀፉ ብዙ የንባብ ልማድ ላላቸው  አንባቢዎች ታስቦ ባይፃፍም የሁሉም አንባቢ ገንቢ አስተያየት ግን ያስፈልገኛል ::

ይህንን መፅሀፍ በመፃፉ ሂደት ብዙ ልምድ አግኝቻለሁ፤ የመጀመሪያው ልምድ ጥሩ ፀሀፊ ለመሆን ለህትመት የሚበቃ ሀሳብ መኖሩ በቂ አለመሆኑን ነው፤ ብዙ ሰው እጅግ አስተማሪ የሆኑ ብዙ ታላላቅ ሀሳቦች ሊኖሩት ይችላል፤ ነገር ግን እነኛን ሀሳቦች ወደህትመት ለማድረስ ከሁሉ በላይ እጅግ አድካሚ የሆነውን የፅሁፍ ስራ በተለይ ሀሳቡን በኮምፒውተር በአማርኛ ፈደሎች አንድ በአንድ ለቅሞ በትእግስት መጫፈረስ መቻል የግድ ነው:: በእርግጥ የመጀመሪያውን ረቂቅ ኮምፒውተር ላይ መፃፍ ሳያስፈልግ ወረቀትና እስክሪብቶ ብቻ በቂ ሊሆን ይችላል:: የዛን አይነቱ አጻጻፍ ፅሁፉን ለህትመት ለማድረስ ሌላ ፀሀፊ በመቅጠር የፀሀፊ ወጪ

ስለሚጠይቅ ለእኔ አይነቶቼ በኢኮኖሚ ዝቅተኛ ደረጃ ላሉት ወጣቶች አይመከርም። ስለሆነም በዚህ መጽሐፍ ሰበብ ጎበዝ የአማርኛ ፀሐፊም ሆኛለሁ። ስለሆነም በፀሀፊነት ሙያ መተዳደር እችላለሁ ማለት ነው፤ እንዲሁም ሂደቱ ትእግስትም ጭምር አስተምሮኛል።

ሁለተኛው ትምህርት ደግሞ አይሆንም የሚለውን የውስጥ የሀሳብ ሙግት ይሆናል በሚለው አሸንፌ፤ ሀሳብን ወደተግባር ለመለወጥ መውጣት መቻል ነው። ታሪክ የአሸናፊዎች ነው ይባላል፤ ምክንቱም አሸናፊዎች ታሪካቸውን ስለሚፅፉ፤ እኔም ለመፅሐፍት ታላቅ ክብር ስላለኝ፤ አንድ ቀን የራሴን መፅሐፍ ለልጆቼ በስጦታ መልክ የማበርከት ህልም ነበረኝ፤ ቢሆንም ለሁተመት የሚበቃ ሀሳብ የለኝም በሚል \ለብዙ ጊዜ ከፍርሀትና በራስ መተማመን አለመኖር/ ስጋት እንዲሁም ለሁተመት የሚያስፈልገውን ገንዘብ የለኝም ከሚሉ ሀሳቦች የተነሳ ላለመፃፍ ራሴን አሳምኜም ነበረ። ቢሆንም ይህንን መፅሐፍ ለመጀመር የመጨረሻውን ስወስን በውስጤ የነበሩትን የፍርሀትና በራስ መተማመን ማጣትን ሀሳቦች አሸንፌ በመውጣት ነው፤ ስለሆነም አይቻልም የሚለውን ሀሳብ ከውስጤ አውጥቼ ይቻላል በሚለው በመተካት ከራሴ ውሳኔ ተማርኩኝ፤ እኔም አሸናፊ ሆንኩ ማለት ነው። በራሴ ላይ ድል ተቀዳጀሁ። ማንም ታላቅ ነገር ለማድረግ መጀመሪያ ትልቁ ድል በራስ መተማመንና የራስን ጥረት ይዞ የሚቻለውን ያህል መሄድ እንደሚያስፈልግ ራሴን በተግባር አስተማርኩ ። ስለሆነም በዚህ አጋጣሚ ወጣቱ ትውልድ ራሱን ለማሻሻል ይቻለው ዘንድ ያለው ብቸኛው አማራጭ ጥረት ስለሆን ሁሉም ሰው በራስ በመተማመን መስራት እንዳለበት ላስታውስ እወዳለሁ። በተጨማሪም ህይወት ደረጃ በደረጃ ከራሳችን ስህተት የምንማርት ትምህርትቤት ስለሆነች ራሳችንን ለማሻሻል ፈጥነን ወደተግባር መግባትና እግረ-መንገዳችንንም መማር አለብን። አንድ ጀማሪ ጸሀፊ በመጀመሪያው መፅሐፍ የሎሬት ፀጋዬ ገብረመድህንን ወይም የነበላሉ ግርማን አይነት መፅሐፍ መፃፍ ሊከብደው

ይችላል፤ ነገር ግን የተቻለውን ያህል ጥረት በማድረግ ሌሎች የደረሱበት የታላቅነት ከፍታ ለሁላችንም እድሉ ክፍት መሆኑን መረዳትም ያስፈልጋል::

በዚህ ፅሁፍ ውስጥ፤ ከማህበራዊ ድህረገፆችና  እንዲሁም ከራሴ ህይወት ተሞክሮ በተለይ  ውጪ ሀገር ለትምህርትና ለአጫጭር ስልጠናዎች በሄድኩበት ጊዜ ያየሁዋቸውን ገጠመኞች ለልጆቼና እንዲሁም ለሀገራችን ተተኪ ትውልድ ሊያስተምር በሚችል መልኩ አቅርቤያለሁ:: መፅሀፉ የልጅነት ህይወቴን፣ የእረኝነት ጊዜ ትዝታዎቼን፣ በአርሲ ሴፉ ትምህርት ቤት ከነበረኝ ቆይታ፣ ሊስትሮ ስሰራ ካሳለፍኩት፣ በአርሲ ሮቤ ዲደአ ት/ት ቤት ካሳለፍኩት፣ በሀዋሳ ዩኒቨርሲቲ የመጀመሪያ ዲግሪ ስማር፣ ከምርቃት በኃላ እዛው ሀዋሳ ዩኒቨርሲቲ ከነበረኝ የስራ ቆይታ፣ ወደ ትዳር ህይወት ገብቼ የመጀመሪያ ልጃችን መወለድ ጋር የተያያዙ የህይወት ልምዶቼንና የትምህርት እድል አግኝቼ ወደ ዴንማርክ ሀገር  ስሄድ የገጠመኝን፣ ታይላንድ፣ ጀርመን፣ ስዊዲን፣ኬንያ፣ ዩጋንዳ ሀገሮች ከነበረኝ ቆይታዎች የተወሰዱ፣ እንዲሁም እዛው ዴንማርክ ሀገር ሁለተኛ ልጃችን ስትወለድ ድረስ የነበሩትን ገጠመኞች አጠር አድርጌ አቅርቤያለሁ:: እንዲሁም በሀገር ውስጥና በውጪ ሀገር የነበረኝን የስራ ልምድ፣ ከዛም ወደኢትዮጵያ ለመመለስ ስንዘጋጅ፣ ተመልሰን ቤት ስንሰራና በሀዋሳ ዩኒቨርሲቲ በመምህርነት ያጋጠሙኝን ገጠመኞች፣ ወደተለያዩ የሀገራችን ክፍሎች ስሄድ ያያሁትንና ከማህበራዊ ድህረገፎ ያነበብኩትን ሀሳቦች ለሀገራችን እድገትና ለአዲሱ ትውልድ ሊያስተምሩ በሚችሉበት መልኩ ለማቅረብ ጥረት አድርጌያለሁ::

በመግቢያው ላይ ለመጥቀስ እንደሞከርኩት የፅሁፉን ስራ ሙሉ በሙሉ በራሴ ነው የፃፍኩት፤ በገንዘብና በጊዜ እጥረት የቃላት ግድፈቶችን፣ የአማርኛ ሰዋሰው አገባብ ክፍተቶችን በጥልቀት መርምሬ ማቅረብ አልቻልኩም:: ስለሆነም ተመሳሳይ ግድፈቶች ሲያጋጥም በሚቀጥለው ህትመት እንደሚስተካከል ቃል

እየገባሁ የፀሁፋን መልእክት ችላ እንዳትሉብኝ በትህትናና ከይቅርታ ጋር
እጠይቃለሁ፡፡


ሀሳቦቼ ሙሉ በሙሉ ከእውነተኛ መረጃ የተነሱ ቢሆኑም አልፎ አልፎ በቀጥታ
መፃፍ አላስፈላጊ መስሎ ሲታየኝ በልብ ወለድ መልክ አቅርቤዋለሁ፡፡ ሆን ብዬ
የጠቀስኩዋቸው የቤተሰቤ አባላትና ወዳጆቼ ይህ ፅሁፍ የጋራችን እንደሆነና
የፀሁሬ ዋና አላማ የተሻለ ትውልድን ከመፍጠርና የማንበብ ልምድ እንዲበረታታ
ከማድረግ አልፎ ማንንም ለመጉዳት የፃፍኩ እንዳልሆነ እንደሚገነዘቡኝ ባለሙሉ
እምነት ነኝ፡፡ በተጫማሪም፣ አልፎ አልፎ ሀሳቤን ለማጠናከር ሌሎች ወዳጆቼ
በፌስቡክና በሌሎች ማህበራዊ ድህረገፅ የፃፉትን ፅሁፎች በተጫማሪነት
አቅርቤያለሁ፡፡ ስለሆነም ታሪኩ የግሌ ታሪክ ብቻ አይደለም፤ የፀሁፉ ዋና ጭብጥ
**የትምህርት ኢድል** እንዲሆን የመረጥኩበት ምክንያት ለጽሁፉ መታተም ይበልጡን
ምክንያት የሆነኝን ሀሳብ ያገኘሁት ለትምህርት ከሀገራችን ውጪ ካየሁትና
ካጋጠሙኝ ሁኔታዎች በመነሳት ስለሆነ ነው፡፡ ነገርግን በመፅሀፉ ውስጥ ብዙ
ሀሳቦች ተካተዋል፤ ስለሆነም ይህች አጭር ፅሁፍ የራሴ የህይወት ታሪክ ዝርዝር
ሳትሆን የህይወት ልምዴን መነሻ በማድረግ ለሀገራችን አጠቃላይ እድገት አማራጭ
ሀሳቦች ለውይይት ቀርበዋል፡፡ ቀደም ብዬ እንደጠቀስኩት ይህ የመጀመሪያ
መጽሀፌ እንደመሆኑ መጠን ቆንጆ እንዲሆን ብዙ የሞከርኩ ቢሆንም የተለያየ
ግንዛቤና የአውቀት ደረጃ ያላቸው ወገኖቼ ሲያነቡት የየራሳቸው የሆኑ ገንቢ
ሀሳቦች ይኖራቸዋል ብዬ አምናለሁ፤ ስለሆነም ሁልጊዜም አስተያየታችሁን
ለመቀበል ዝግጁ ነኝ፡፡ ይህች ሚሚሻ ሀሳብ ለትውውቅ መንደርደሪያችን ትሁን
እንጂ፤ እድሜና ጤና ከተሰጠን፣ ብዙ ለመማማርና ሀሳብ ለመቀያየር የቴክሎጂው
እድገትና አዳዲስ የሚፈጠሩት የህይወት ገጠመኞች ብዙ መጫወቻ ሜዳዎቻችን
ናቸው፡፡

ታዲያ አልፎ አልፎ፤ ከሚጠበቀው በታች የሆነ ሀሳብ ቢያጋጥም፤ ቀለል አድርጎ የማለፍ መብትዎ የተጠበቀ ነው!

በተጨማሪም ይህንን መፅሀፍ ለህትመት ለማላክ እየተዘጋጀሁ ባለሁበት ወቅት ያለው የሀገራችን የፀጥታ ሁኔታ ጥሩ ስላልሆነ በዚህ አጋጣሚ በተለያዩ የሀገራችን ክፍሎች በተፈጠሩት ግጭቶች ህይወታቸው ያለፈውን ዜጎች ሁሉ ነብሳቸውን ይማርልኝ፤ በተጨማሪም ለወዳጅ ዘመዶቻቸው መጽናናትን እመኛለሁ፡፡ የፖለቲካው ችግርም በአጭር ጊዜ መፍትሄ እንደሚበጅለትም ምኞቴ ነው፡፡

ላለፉት አስርተ አመታት በመካከለኛው ምስራቅ፤ በቅርቡም በሶሪያና በሊቢያ ያለውን የእርስ በእርስ ጦርነቶች በቅርበት እየተከታተልኩ ነው፡፡ ጦርነትና ግጭቶች እጅግ አሳዛኝና በተለይ ደግሞ ደሀውን የህብረተሰብ ክፍል በከፍተኛ ሁኔታ እንደሚጎዱ ተጨባጭ ምስክሮች አሉ፡፡ ሀገራችንም በተለያዩ ጊዜያት በሚከሰቱ የውስጥና የውጪ ጦርነቶች ሰበብ የደረስብንን ሀገራዊ ኪሳራና የህይወት ጥፋት ስለምናስታውስ ሁላችንም ለጋራ ሰላም የሚቻለንን እናድርግ ባይ ነኝ፡፡ በተጨማሪም በስልጣን በመባለግና በሙስና ምክንያት ለተፈጠረው ችግር መሰረታዊ መንስኤ የነብሩት ግለሰቦችና ቡድኖች ለሀገርና ለትውልድ ዘላቂ ልማት በማሰብ ከእኩይ ስራቸው እንዲታቀቡ መልእቴን አስተላልፋለሁ፡፡

አርቆ የሚያስብና ከኛ የተሻለ ትውልድ ይፈጠር ዘንድ ሁላችንም ሀላፊነት አለብን! ያለውን የሰጠ ንፉግ አይባልም ይላል የሀገራችን ሰው፡፡ እኔ ያፈራሁትን እንካችሁ፤ ሁሉም የተቻለውን ያድርግ፡፡

መልካም ንባብ፡፡

# ልዩ ማስታወሻ

ከሁሉ አስቀድሜ ይህ ፅሁፍ በቅርቡ ከዚህ ዓለም በሞት ለተለየችን እናቴ ለወይዘሮ አበራሽ ሮቢ መታሰቢያ እንዲሆንልኝ እፈልጋለሁ:: ለእናቴ ነብስም በገነት እንድትኖርልኝ ምኞቴ ነው:: በተጨማሪም በሀገራችን በተለያዩ ጊዜያት በሰው ሰራሽና በተፈጥሮ ምክንያት ወዳጅ ዘመዶቻችሁን በሞት ለተለያችሁት ሁሉ መፅናናትን እመኛለሁ፤ እንዲሁም ለሞቱትም ዘላለማዊ ህይወት እመኛለሁ::

በዚህች አጭር ማስታወሻም እናቴን ለሞት ስላደረሰው ህመም ምንነትና እንዲሁም ለማስታመም በሆስፒታል ቆይታዬ ያስተዋልኩትን አጠር ያለ አስተያየት መስጠት እወዳለሁ:: እናቴን ለሞት ያበቃው ህመም ስሙ ብሬይን ቱበርክሎሲስ/የአእምሮ ነቀርሳ/ የሚባል ህመም ሲሆን፤ የሳምባ ነቀርሳ በመባል የሚታወቀውን ህመም የሚያመጣው ባክቴሪያ ወደጭንቅላት ውስጥ ገብቶ ጉዳት ስላደረሰ ነው:: የህመሙም ዋና ምልክት ከፍተኛ የራስ ምታት ሲሆን በመጨረሻ ደረጃ ግን ከአእምሮ ውስጥ ደም መፍሰስ ጋር ተመሳሳይ የሆነ፤ አንድ ጎን ሰውነትን ፓራላይዝ የማድረግ ምልክት ነበረው::

የሰው ልጅ በተለያዩ ምክንያቶች መሞቱ የማይቀር ቢሆንም፤ ዘወትር የጤና ምርመራ አለማድረጋችን ግን ዋጋ እያስከፈለን ይመለስለኛል፤ በተጨማሪም የህመም ስሜት ሲሰማን ማስታገሻ ወስደን ህመሙን ከማከም ወደህሚከቤት ሄደን የባለሙያ እርዳታ ማግኘት ጠቀሜታው የጎላ ነው፤ ታሞ ከመማቀቅ አስቀድሞ መጠንቀቅ እንደሚባለው... ከዚህ በተረፈ ግን በሆስፒታሎቻችን አገልግሎት አሰጣጥ ጋር በተያያዘ ያለውን ክፍተት በአጭሩ ልጠቅስ እወዳለሁ::

በመጀመሪያ የራሴ የሆስፒታልና የጤና ተቋማት ቆይታ በጣም ውስን መሆኑን ላስታውስ እወዳለሁ፤ ለመጀመሪያ ታምሜ ወደሀኪም ቤት የሄድኩበት ጊዜ በ1999ዓ.ም. ህዋሳ ዩኒቨርሲቲ በመምህርነት ሙያ ተቀጥሬ በሁለተኛው አመት ሲሆን በወቅቱ የሰውነት ወባ ታምሜ በቀላሉ ፈውስ አገኘሁ፤ በሁለተኛ ደረጃ ዴንማርክ ለትምህርት ሄጄ ወባዋ ሰውነቴ ውስጥ ነበረችና ተነስታብኝ በአምቡላንስ ሆስፒታል ሄጄ ታከምኩ።

ውጪ ሀገር ሄዶ ኖሮ ወደሀገራችን ተመልሶ ለሚኖር ሰው የሀገሩቱ የማህበረስብ አገልግሎት ልዩነት ጉዳይ የዘወትር ቁጭት መሆኑን የደረሰበት ያውቀዋል፤ የዴንማርኩን የህክምና አሰጣጥ ከኛ ሀገሩ ጋር ሳስተያይ እጅግ ብዙ ርቀት መሄድ እንዳለብን ይሰማኛል።። ለምሳሌ:- ዴንማርክ በታመምኩበት ወቅት ማንም አስታማሚ በአጠገቤ አልነበረም፤ ወባዋ ስትነሳብኝ፤ ወደትምህርት ቤት እየሄድኩ በነበረበት ወቅት ነው አዞሮኝ መንገድ ዳር ቁጭ ብዬ አምቡላንስ እንዲመጣልኝ ስልክ የደወልኩት /የአምቡላንስ ስልክ ለሁሉም አዲስ ገቢ የውጪ ተማሪዎች በመጀመሪያ የዩኒቨርሲቲው አቀባበል ወቅት ተሰጥቶን ነበረ/፤ ታዲያ መንገዱ ዳር ሆኜ ስልክ ደውዬ በ10 ደቂቃ ውስጥ አምቡላንሱ ከች ብሎ እንደነበረ አስታውሳለሁ።።

እናቴ ስትታመም ወደሆስፒታል ለማድረስ የትውልድ ከተማችን አርሲ ሴሩ ጤና ጣቢያ ቢኖርም ቶሎ ጤና ጣቢያ ለመሄድ ባጃጅ መፈለግ ወይም በሽከም መሄድ ግድ ነበረ፤ የሀገራችን የጤና አገልግሎት ችግር ከትራንስፖርት አገልግሎት ይጀምራል።። ከጊዜ ወደጊዜ መሻሻል ቢኖርም የህክምና አገልግሎቱን አለማቀፍ ደረጃ ለማድረስ፤ ደረጃውን የጠበቀ የአምቡላንስ አገልግሎትን ከማዳረስ ይጀምራል፤ እኔ እስከማውቀው ድረስ በገጠር አከባቢ አምቡላንስ አገልግሎት ያለው በዋናነት ለወሊድ አገልግሎት ነው።። ነገር ግን ከባድ ህመም ያለበት የሀገሩቱ ህዝብ ሁሉ ከገጠር እስከ ከተማ ድረስ ደረጃውን ጠበቀ የትራንስፖርት አገልግሎት

ያስፈልገዋል። መንገዱም ምቹ መሆን አለበት፤ እንዲሁም አምቡላንሶቹም መኗር አለባቸው። ... የአየር አምቡላንስስ ቢኖረን ምን አለበት?

በሽክምም ይሁን በአምቡላንስ ወይም በሌላ ትራንስፖርት፤ ታማሚ ሆስፒታል ከደረሰ ጀምሮ ፈጣን የህክምና እርዳታ ያስፈልገዋል፤ እናቴ ሆስፒታል ስትደርስ በኢመርጀንሲ ዋርድ የነበረው ግርግር እንዲሁም ከመኪና አውርደናት ወደሆስፒታሉ ውስጥ ለማስገባት የበፉ መግቢያ አከባቢ የነበረው መንገድ አመቹ አለመሆን፤ እንዲሁም ባለተሽከርካሪ ጎማ ወንበርም ችግር መሆኑን ሳይ ከልቤ አዝንኩኝ፤ ምክንያቱም ዛሬ የሀገራችን ኢኮኖሚ ከደረሰበት ደረጃ እንኳን ሲታይ፤ ባለጎማ ወንበር ችግር መሆን የለበትም!

በሆስፒታሎቻችን ለበሽተኛ መኝታ አልጋም ትልቅ ችግር ነው። እስቲ ሁላችንም ራሳችንን እንጠይቅ፤ ሀገራችን ለበሽተኞች የሚሆን በቂ መኝታ ከፍሎች መስራት የሚያስችል ሀብት የላትም? በእኔ አስተያየት በቂ ሀብት አለን ነው፤ ትስማማላችሁ?

በእርግጥ በየከተሞቻችን ደረጃቸውን የጠበቁ ጥቂት የግል ሆስፒታሎችም አሉ፤ ቢሆንም ዋጋቸው ለአብዛኛው የሀገራችን ህዝብ ተደራሽ አይደለም፤ በተለይ ከፍተኛ የህክምና አገልግሎት የሚሰጡት ሆስፒታሎች ለአብዛኛው የሀገራችን ህዝብ ገቢ የሚቻሉ አይደሉም።

እዛው ኢመርጀንሲ ዋርድ ላይ ሆነን ግሉኮስ የሚቀጥልልን ሀኪም እስኪመጣ ብዙ ጠብቀናል፤ በሽተኛ ኢመርጀንሲ ዋርድ ሲገባ ከፍተኛ የባለሙያ ክትትል እንደሚስፈልገው መቼም ማንም ያውቃል፤ ቢሆንም በእለቱ ምሽት የነበረው ባለሙያው ተለማማጅ ሀኪም ነበር፤ ልጁ ከአንዱ በሽተኛ ወደሌላኛው ይሮጣል፤ በአንድ ጊዜ እስክ አስር በሽተኞች የሀኪሙን እርዳታ ፈላጊ ነበሩ፤ በፉ ላይ ዘበኞች

አስታማሚዎች ወደውስጥ እንዳይገቡ በዱላ እየተከላከሉ ነበረ፤ ለአንድ በሽተኛ አንድ አስታማሚ ይባላል! እሺ ይሁን... ነገር ግን በሽተኛው ተመርምሮ መድሀኒት መገዛት ካለበት፤ በስታማሚው መድሀኒት ፍለጋ ሊሄድ ነው፤ በሽተኛው ከማን ጋር ይቆያል?

ከተለማማጁ ሀኪም በተጨማሪ ሌሎቹ ሀኪሞች የት ሔዱ ብለን ስንጠይቅ እረፍት ናቸው የሚል መልስ ተሰጠ፤ ተለማማጁ ሀኪም ለሊቱን ሙሉ ለብቻው ሰርቶ በማግስቱ ቀኑንም ስራ ላይ ነበረ፤ የማስታምማት የራሴን እናት ህመም እያስብኩ በመሃል የተለማማጁ ሀኪም ድካምና የስራ ጫና ሀዘኔን አብዝቶት ነበረ።

ተለማማጁ ሀኪም፤ በዘሁሉ ታማሚ መሀል ከወዲህ ወዲያ እየሮጠ፤ የአንዱን ሳይጨርስ ሌላውን እየጀመረ፤ ማታም አድሮ በማግስቱም ስራ እንዲሰራ መደረጉ እጅግ አሳሳቢ አሰራር ነው።። ሀኪም ቢሆንም እኮ የሰው ልጅ ስጋ ለባሽ ነው፤ ሀኪሙም ይታመማል፤ ይደክመዋል፤ ይሰላቻል ወዘተ።። ታዲያ ይህን አይነቱ አሰራር መቀየር የለበትም? በቅርቡ አንዲት ወዳጄ በህክምና ሙያ ተመርቃ የደስታዋ ተካፋይ ለመሆን ቤት ድረስ ሄደን ነበረ፤ በእለቱም የተመራቂ ሀኪሞች መመረቂያ መፅሄት ተሰጠና ከሀኪሞቹ ፎቶ ግርጌ የተጠቀሱትን አጫጭር ትዝታዎች አነበብኩ፤ በሚገርም ሁኔታ በግምት ከመቶ ሰማኒያ አምስቱ ተመራቂ ሀኪሞች የህክምና የልምምድ ጊዜያቸውን ወይም ኢንተርንሺፕ ልምዳቸውን እጅግ አስቀያሚ ጊዜ እንደነበረ በተለያየ አገላለፅ ጠቅሰዋል።። ግን ለምን? ሀኪሙ ካልተሰቃየ ጥሩ ሀኪም መሆን አይችልም ማለት ነው? የህክምና ሙያ ልምምድ ጊዜው የማይረሳ ቆንጆ የስራና የትምህር ጊዜ እንዲሆን ማድረግ አይቻልም? ይህንን ጥያቄ ለባለሙያዎቹ ልተውና ወደተነሳሁበት ዋና ሀሳብ ልመለስ...

ውጪ ሀገር እኮ ታማሚ ሲታከም አንድ ሀኪም አንድ በሽተኛን በአግባቡ አከሞ
ነው ወደሚቀጥለው የሚሄደው፤ በተለይ ኢመርጀንሲ ዋርድ ላይ፤ የሀገራችን
ተጨባጭ አሰራር ግን እጅግ ብዙ መሻሻል አለበት፡፡

ከኢመርጀንሲ ዋርድ ወጥተን በሽተኞች ተኝተው ወደሚታከሙበት ክፍል ስንሄድ
ደግሞ ችግሩ ከመኝታቤቱ ሻታ ይጀምራል፡፡ ምክንያቱ ብዙ ነው፤ የቤቱ አሰራር
አየር እንደልብ የሚገባበት ስላልሆነ፤ ብዙ ታካሚዎች በአንድ ክፍል ተኝተው
ስለሚታከሙ፤ የበሽተኛው ንፅህና ጉዳይም ጥሩ ስላልሆነ፤ ከአስታማሚ ብዛት፤
ወዘተ ጋር ተደምሮ አከባቢውን ደስ የማይል ሻታ እንዲኖረው አድርጎታል፡፡
በአንድ ክፍል ብዙ ታማሚ መኖሩና ያንኑ አልጋ ለማግኘት ከባድ መሆኑ፡፡ አንዲት
ነብስ ጡር ታማሚ ሪፈር ተብላ ወደጥቁር አንበሳ ለመሄድ አልጋ ስለሌለ ተብሎ
ወረፋ ጥብቃ እስከ አንድ ሳምንት መቆየትዋን አስታውሳለሁ፡፡ ይህም የአደባባይ
ሚስጢር ስለሆነ ችግሩን በጥልቀት ልናስብበት ይገባል፡፡ ሆስፒታሎቹ የሁላችንም
ናቸው፤ የሀገር ዜጎች የሚታከሙበት የህይወትና የሞት ጉዳይ ናቸው፤ ስለሆነም
ችላ የሚባል ተቋም መሆን የለበትም... ለስህተታችን የምንከፍለው ዋጋ የሰው ነብስ
ነውና!

ሀገራችን ብዙ ገንዘብ አለ፤ ብዙ ባለሙያም አለ፤ የበሽተኛ መታከሚያ አልጋ ችግር
መሆን የለበትም፤ በእርግጥ ዋጋቸው እጅግ ከፍተኛ የሆኑ የህክምና ቁሳቁስ
ባለመኖራቸው ምክንያቱ የገንዘብም እጥረት ነው ማለት ይቻላል፤ ነገር ግን በሽተኛ
ተኝቶ የሚታከምበት አልጋ ግን ሙሉ በሙሉ ማዳረስ የሚያስችል የኢኮኖሚ
አቅድ ደረጃ ደርሰናል፡ ችግሩ በትኩረት አለመስራታችን ነው፡፡

ዝርዝሩ እጅግ ብዙ ነው.... ብዛቱን ደግሞ የተሻለ አገልግሎትን ያየና ችግር
የደረሰበት ያውቀዋል... ለምሳሌ፡ እዛች በአንዲት ክፍል 6 ታማሚ ባለበት ክፍል

ውስጥ ከነን አንዱ በሽተኛ ሲሞት ክፍሉ ለቀሶ በለቀሶ ይሆናል፤ የአስታማሚዎች ለቀሶ አከባቢውን ይረብሽዋል፡፡ .... ምንም ቢሆን በመንግስት ሆስፒታሎቻችን ለሚሰሩት የጤና ባለሙያዎችን እጅግ ታላቅ አክብሮት ይገባቸዋል....

የእናታችንን ህይወት ማትረፍ ባንችልም፤ እግዚአብሄር ይመስገን እኛ የተወሰነውን ህክምና ከግል ሆስፒታል ለማግኘት ቻለናል፤ ከሆስፒታል መልስ ሁሌም ትዝ የሚለኝ አንድ ገጠመኝ ነበረ፤ እናታችንን ይዘን አንዱ ግል ሆስፒታል ስንሄድ አንድ አርሶ አደር ሽማግሌ ወጣት ልጃቸው በጠና ታሞ ለማሳከም ወደዛ የግል ሆስፒታል ልጃቸውን ይዘው መጡ፤ ቀድመውኝ ስለነበረ የእሳቸውን ተራ እየጠበቅን ነበር የምንጠጋው፤ ሽማግሌው ገበሬ ለምርመራ ለመድረስ ሶስት ሺ አምስት መቶ ብር አከባቢ ከከፈሉ በኋላ ገንዘብ አለቀባቸው፤ በመሆኑም ለሚቀጥለው ወጪ ገንዘብ ስለሌላቸው ገንዘባቸውን ከሰረው፤ ልጃም ሳይታከም ተመልሰው ሲሄዱ አዘውንቱ ፊት ላይ የነበረው ሀዘን አንጀቴን በላው፤ ከራሴ ከፍዬ እንዳላሳከምላቸው ለእናቴ ህክምና ከሚጠበቅብኝ ክፍያ ትርፍ ብር ስለሌለኝ ከንፈሬን መጥጬ ዝም አልኩኝ....


ስለህገራችን ህክምና አሰጣጥ ሌላው ያስተዋልኩት ጉዳይ ሀኪሞች በሽተኛውን ከመረመሩ በኋላ ለአስታማሚ ብዙም ስለበሽታው ምንነት ሳያስረዱ ቶሎ ማዘዣ ሰጥተው መድህኒት እንዲገዝ ትእዛዝ የሚሰጡት ጉዳይ ነው፡፡ በእርግጥ ሀኪሞቹ ለእያንዳንዱ በሽተኛ መድሀኒት ቤት ድረስ ሄደው መድሀኒት እንዲገዙ ባይጠበቅም፤ ሆስፒታሉ ግን መድሀኒቱን እስከታካሚው አልጋ ድረስ ማድረስ መቻል አለበት፤ ምክንያቱም ለምሳሌ ታማሚው አስታማሚ ላይኖረው ስለሚችል፤ አስታማሚ ቢኖርም በሽተኛው የቅርብ ከትትል ስለሚያስፈልገው፤ አስታማሚዎች የሚገዙት መድሀኒት አገልግሎቱ ያለፈ ሊሆን ስለሚችል፤ አልፎ አልፎ ደግሞ የሚፈለጉት መድሀኒቶች በገበያ ላይ ስለማይገኙ ሆስፒታሎች መድሀኒቶችን የማቅረቡን ሀላፊነት መውሰድ አለባቸው... ለምሳሌ በሁሉም ፋርማሲዎች

የማይገኝ መድሀኒት እንዲገዝ ሲታዘዝ አይተናል፤ ተፈልጎ የሌለ መድሀኒት አስታማሚዎችን አምጡ ብለው ሀኪሞች ሲጠይቁ እጅግ ያሳቅቃል፤ ያስጨንቃልም። ይህም ከባድ ችግር ስለሆነ ሊታሰብበት ይገባል።

በአጠቃላይ የሀክምና አገልግሎታችን ያለበት ደረጃ ዝቅተኛ ነው፤ የቅርብ ክትትልና የቁሳቁስ ድጋፍ ያስፈልጋል። ሀገራችን ገንዘብ ችግር አይደለም፤ ለምሳሌ በየከተሞቻችን በከፍተኛ ገንዘብ የመንግስት ቢሮዎች ግንባታዎች ሲገነቡ እናያለን፤ ታዲያ ሆስፒታሎች በሶስት ወይም አራት እጥፍ ቢገነቡ ምን አለበት? ለምሳሌ በቅርቡ በታላላቅ ከተሞቻችን የተገነቡትን የመዘጋጃቤቶችን ከሆስፒታሎች ጋር ብናወዳድር፤ የሆስፒታሎቹ ሀንፃዎች ብዛት ዝቅተኛ ነው። ለምን?

# ለህሊናና ለሎዛ... ይህች ለናንተ ስጦታ ናት

## የሀገር ፍቅር/የህዝብ ፍቅር

ሀገር ምንድን ነው? አንዳንዱ ጠያቂ ደግሞ ዛሬ ቁርስ ምን በላህ የማለትን ያህል ቀለል አድርጎ "ሀገር ምንድን ነው?" ይልሀል.... ምን ልመልስለት? ሀገር ወንዝ ነው ልበለው? ሀገር ጋራ ሽንተረፉ ነው ልበለው? ሀገር ህዝብ ነው ልበለው? ሀገርህ ኪስህ፣ገንዘብህ ነው ልበለው? ሀገርህ ደስ ብሎህ የምትኖርበት ሀገር ነው ልበለው? ሀገር መስዋእትነት የምትከፍልለት፣ እትብትህ የተቀበረበት አፈርህ፣ ደምህ ነው ልበለው? ሀገርህ በአስተሳሰብህ ስፋትና ጥበት የሚወሰን የአለም ክፍል ነው ልበለው? ሀገርህ ከአድማስ እስከ አድማስ፣ ሰማዩና ምድሩ፣ ንፋሱና ፀሀይ፣ ጨረቃና ኮከቦቹ፣ ፈጣሪ የፈጠረው ሁሉ ነው ልበለው? ሀገር ባህል ነው ልበለው? ሀገር ማሀለት የራስህንና የወገኖችህን ህይወት የምታገለግልበት ቦታ ነው ልበለው? እስቲ አግዙኝ፣ ሀገር ምንድን ነው?

የሀገርን ምንነት ጥያቄ መልስ ለአንባቢያን ልተውና በ2008/09 ዓ.ም. ወቅታዊው የሀገራችን ሁኔታ፣ እንዲሁም የሀገራችን ታሪክ፣ መንግስትንና የመንግስት ሀላፊነት ቦታ ያሉ ግለሰቦችን ማንነትና ሊኖራቸው የሚችለውን የአስተሳሰብ ደረጃ እንድንገመግም ያስገድደናል:: አንዱ ወዳጅ የኪራይ ቤት ህይወት ከአከራዮቹ ጋር የማያልቅ ጭቅጭቅ ውስጥ ስላስገባው፣ ዘላቂ መፍትሄ ይሆናል ብሎ፣ ከወር ደሞዙ ቆጥቦ እቁብ እየጣለ ከሚኖርበት ከተማ ወጣ ብሎ ለቤት መስሪያ የሚሆን የገበሬ መሬት ይገዛል:: መሬቱን የራሉ ለማድረግ ሲል መሬት የገዛበት ቀበሌ ገብሮ ማህበር የሶስት አመት የመሬት ግብር ከፍሎ፣ የነዋሪነት መታወቂያም ወስዶና ቤት መስራት ጀመረ::

ነገር ግን ለቤቱ መሰሪያ መሰረት መቆፈር ሲጀምር የቀበሌው ሊቃመንበር ይመጣና ‹ቤቴን መሰራት አቁም!› ይለዋል። ልጁም የቀበሌውን ሀላፊ ተለማምጦ የቀበሌው ሀላፊ እሺ መስራትህን ቀጥል ብሎት ያልፋል። መሰረቱን ቆፍሮ ሳይጨርስ ሌላ የቀበሌው አመራር አባል ይመጣና ‹ቤት መስራቱን አቁም!› ብሎ ያዘዋል። አሁንም ወዳጄ ተግባቢ ነውና አመራሩን አግባብቶ፤ የሆድ የሆዱን ነገሮት፤ ቤቱ የራሱና የልጆቹ ህልውና መሆኑን ነግሮት፤ የቀበሌው አመራርም የልጁን ችግር ተረድቶት፤ ተስማምተው፤ ተጫባብጠው... ሁለተኛው አመራርም ዝም ብሎት ይሄዳል።። በብዙ ውጣ ውረድ ቤቱ ተሰራ፤ ቤቱ ተሰርቶ አልቆ ወዳጄም ከኪራይ ቤት ተገላግልኩ ብሎ ቤተሰቡን ሰብስቦ አዲሱ ቤት መኖር ይጀምራል፤ ከዛም ህገወጥ ቤቶችን የማፍረስ ዘመቻ ተጀመረና በስንት መከራ የሰራት ቤቱም ፈረሰች።። ችግሩን ሰምተው፤ በሀሳቡ ተሰማተው ሲጨኤብጡት የነበሩት የቀበሌ አመራሮች የልጁን ቤት ከመፍረስ አልታደጉም... ወዳጄም ቤተሰቡን ይዞ ወደኪራዩ ቤት ተመለሰ።። እናስተውል!

ታዲያ ሰላማዊ አእምሮ ያለው ማንም ሰው እንደዚህ አይነት አጋጣሚዎችን ሲያስተውል፤ ሀገር ምንድን ነው? ዜግነትስ ምንድን ነው? ብሎ በጥልቀት እንዲጠይቅ ይገደዳል።። ጥያቄዎቹም መፍትሄ እንድንፈልግ መንገድ ይከፍታሉ፤ ዋናው መንገድ ጠንካራና አምነንበት፤ የሁላችንንም ፍላጎት የሚያገናዝብ የመሬት አስተዳደር አሰራ መዘርጋ ነው፤ በመሰለን ተስማምተን፤ በድብቅ ተጫባብጠን፤ የሚሰሩት ቤቶች ህልማችንን ይዘው ስለሚፈርሱ፤ ድካማችንም ሜዳ ስለሚቀር.... ስለዘላቂ መፍትሄ መወያየት አለብን።። በሀገራችን ውስጥ ሀላፊነት የጎደላቸውና የተጣለባቸውን የህዝብ አደራ ለራሳቸው ጊዜያዊ ጥቅም አሳልፈው የሰጡ የመንግስት ስራተኞች ብዙ ናቸው።። ምን ይደረግ የሚለውም ትልቅ ጥያቄ ነው።። ቢሆንም አንድ ሰው ሲሰርቅ ተይዞ ምንም ካልተደረገ፤ ደግሞ ለመስረቅ መነሳሳቱ አይቀርም፤ ሌሎችም ሌባውን አይተው ለመስረቅ መነሳሳታቸው አይቀርም።።

ብዙ ሰው ሀይማኖቱን አጥብቆ የሚይዘው የሀጢያት ደሞዝ ሞት መሆኑን ስለሚያውቅ ነው:: ጥሩ ስራ ገነት፤ መጥፎ ስራ ደግሞ ሲኦል እንደሚያስገቡ ስለሚማር ራሱን ከሀጥያት ለመጠበቅ ይታገላል:: ኃውቆ በድፍረት ሳያውቅ በስህተት ለሰራው ሀጢያት ደግሞ ንስሀ ይገባል፤ ይቅርታም ይጠይቃል:: በአሁኑ ወቅት ግን መስረቅና ሙስና መስራት ምንም ጉዳት አያመጣም ወደሚለው መስመር የሄድን ይመስለኛል:: ለመፍትሄው የራሴን አስተያየት፤ ከሌሎች ሀገራት ያየሁትንም ልምድ ጨምሬ በሚቀጥሉት ከፍሎች ለመጥቀስ እሞክራሉ:: ሁላችንም ባለንበት እንወያይበት:: ሀገር በአንድ ትውልድ ተገንብቶ አያልቅም....

ለመነሻ ያህል ሀገር ምንድን ነው? በሚለው ጥያቄ ዙሪያ የተወሰነ መወያየት ሊያስፈልግ ይችላል:: ሀገር እጅግ ትልቅ ነገር ነው፤ አንድ ግለሰብ ወይንም ማህበረሰብ ከበር የሚኖረው በግለሰብ ጥረት ከደረሰበት የእድገት ደረጃ ብቻ በመነሳት ሳይሆን እንደ ሀገር ከደረሰበት እድገትና ብልፅግናም ጨምሮ ነው፤ ለምሳሌ አሜሪካንን ብንወስድ እጅግ ታላቅ ሀገር ናት፤ ከሀዝቦቿ አልፋ ከታዳጊው አለም ተሰደው ለሚኖሩባት ዜጎች ሳይቀር ኩራት መሆን የቻለች ታላቅ ሀገር፤ በአሜሪካን ዜግነት ውስጥ ብዙ ታላላቅ ነገሮች አሉ፤ አንዱ ታላቅነት አሜሪካዊ ዜጋ የሆነ ሰው የሚሰጠው ከብርና የሕይወት ዋስትና ነው፤ ስለሆነም በአብዛኛው ከአለማችን ሀገራት ሰዎች እንደምንም ብለው ተሰደው አሜሪካን ይገባሉ፤ የተማሩት፤ ያልተማሩት፤ ሀብታሞች፤ ድሆች፤ ተማሪዎች ወዘተ:: አንድ የመጀመሪያ ዲግሪ ተመራቂ አሜሪካዊና አንድ የመጀመሪያ ዲግሪ ተመራቂ ኢትዮጵያዊ ዜጎችን ብናወዳድር በዜግነታቸው ብቻ በአለም አቀፍ ደረጃ የሚሰጣቸው ቦታ እኩል አይደለም::

ቢሆንም ታላቅነት ለአሜሪካን ብቻ የተሰጠ እድል አይደለም፤ በቅርቡ እነቻይናም እጅግ ታላቅ ሀገራት ተርታ ለመሰለፍ የቻሉበት ሂደት ለሀገራችን ህዝቦች ምሳሌ

መሆን ይችላል።። ሌሎች የደረሱበት ደረጃ ለመድረስ ከሁሉ በፊት ሀገራዊ ፍቅር ያስፈልጋል።። የሀገር ፍቅር ሲባል ደግሞ የመጀመሪያው ተግባር የዛን ሀገር ዜጎች በሙሉ ያለምንም ቅድም ሁኔታ መቀበልና የዜግነት ክብራቸው ሳይሸራረፍ በሀገራቸው ላይ ደስ ብሎአቸው የተሳካ ህይወት እንዲኖሩ ማድረግ በታሪክ አጋጣሚ በየትኛውም ጊዜ ከሚኖሩት ዜጎች በተለይ ደግሞ ከመሪዎች ይጠበቃል።። ሀገር በአንድ ትውልድ ብቻ ተገንብታ አታበቃም፤ እንዲሁም ሀገር በአንድ ትውልድ ጉድለት ብቻ ወድቃ አትቀርም።። በአንድ ሀገር በተወሰነ ጊዜ የሚኖር ትውልድ ጊዜና ሁኔታዎች በፈቀዱለት መጠን ይስራል ሰርቶም ራሱን፤ ቤተሰቡን፤ ወገኖቹን፤ በአጠቃላይ ሀገሩን ያሳድጋል።። በእኔ አመለካከት የሀገር መኪና አሽከርካሪ መንግስት ሲሆን ተሳፋሪዎቹ ደግሞ ህዝቦች ናቸው፤ በአንድ ሀገር በየደረጃው በአመራር ላይ ያሉ ዜጎች የሀገርን እድገትና የወደፊት እጣ ፈንታ የመወሰን ትልቅ እድል አላቸው፤ አንድ ሾፌር መኪና ሲነዳ ወደፊት አቅጣጫ በእጃቸው ነው፤ ስለሆነም እጅግ አርቆ የሚያስብ፤ ሀገርንና ህዝብን ከድህነት ለማላቀቅ ቆራጥ የሆነ፤ ፍፁም የህዝብ ታማኝ፤ የዜጎች እድገት የራሴ እድገት ነው ብሎ የሚያስብ ብዙሃን ያሉበት አመራር ለሀገር ፍቅር እጅግ አስፈላጊ ነው።።

የአንድ ሀገር መሰረቱ ህዝብ ነው፤ በአለማችን የተፈጠረውም ታላቁ ፍጡር የሰው ልጅ ነው፤ በሀገራዊ ፍቅር የተሞላ ዜጋ ለሀገሩ ህዝቦች ፍፁም ታማኝ በመሆን የሀገር ፍቅሩን መግለፅ አለበት፤ የኛም ኢትዮጵያዊነታችን ለሀገሬቱ ህዝቦች ሁሉ እኩል ክብርና እኩል በማገልገል መግለፅ አለበት፤ ይህ ካልሆነ የኛ የሀገር ፍቅር በወሬ ብቻ ይቀራል ማለት ነው።። አሁን ያለንበት ዘመን እጅግ የረቀቀ ዘመን ነው፤ ታዲያ ረዘም አድርገን ማሰብ ካልቻልን **ዝንብ ቢሰበስብ መግላሊት ኣይከፍትም** እንደሚባለው አንድ መቶ ሚሊየን ህዝብ ይዘን ለተወሰነ ጊዜ ድርቅ ሲከሰት የእርዳታ ስንዴ እየተቀበልን በአለም መድረክ እያቀረቀርን መኖራችንን

እንቀጥላለን፤ መቼም የሀገሩ ህዝቦች የእርዳታ ስንዴ እየተሰጣቸው ኩራት የሚሰማው ዜጋ ካለ፤ አእምሮው ስለታወረበት መሰረታዊ የንቃተ ህሊና እጦዝ ያስፈልገዋል::

ውጪ ሀገር ትምህርት ላይ ሆኜ አለም አቀፍ የአመጋገብ ስርአት በሚባል ኮርስ የሀገራችን የረሀብ ታሪክና በዛን ጊዜ የተወለዱ የተራቡ ህፃናት ፎቶዎች ለተማሪዎቼ እንደምሳሌ ሲቀርብ አይቼ፤ ለመጀመሪያ ጊዜ በሀገሬና በማንነቴ እጅግ እንዳሳፈረኝ መቼውንም የሚረሳኝ አይደለም:: በዛን ጊዜ ለተፈጠረው ረሀብ ማን ሀላፊነት ይወስዳል? ባለፈው አመት ለተፈጠረው ድርቅና ረሀብስ ማን ሀላፊነት ይውሰድ? እግዚአብሄርን ተጠያቂ እንዳናደርግ፤ ለምሳሌ እንደእስራኤል ያሉ ሀገራትን ስንመለከት፤ ከሀገራችን እጅግ የሚያንስ ዝናብ እያገኙ በአለማችን ምሳሌ የሚሆን ግብርናና የመስኖ ውሀ አጠቃቀም መመስረት ችለዋል:: ሀገራችን እኮ የአፍሪካ የውሃ ማማ/ The Water Tawer of Africa/ በመባልም ትታወቃለች፤ እንደአለማታደል ሆኖ ግን……የሀገር ፍቅር ቢኖረን እኮ ተቀዳሚ ነገራችን በረሀብ ለሚሞቱት ዜጎቻችን ዘላቂ መፍትሄ ለማምጣት ቀን ተለሊት እንስራ ነበረ፤ ነገር ግን .... የሀዝብ ፍቅር የሚገለጠው የዛን ህዝብ ባህላዊ ልብስ በመልበስ ብቻ አይደለም፤ ወይም የዛን ሀገር ቋንቋ በመናገር ብቻ አይደለም፤ ወይም የዛን ሀገር ባህላዊ ምግብ በመመገብ ብቻ አይደለም፤ የዛን ሀገር ዘፈንም በመዝፈንም አይደለም፤ የዛን ሀገር ከብረ በአላት በማክበር ብቻም አይደለም፤ ሀገራዊ ፍቅር ከነኚህ ትንንሽ ነገሮች በዘለለ ለሀገሩቱ ዞጎች ታማኝ በመሆን ለዘላቂ ልማት በመስራት በተግባር የሚገለፅ ነው፤ አንድን ህዝብ ማፍቀር የሚገለጠው ለዛ ህዝብ የሚያስፍልገውን መስዋእትነት በመክፈል ነው:: በመገዳደልና የወገኖችን ደም በማፍሰስ ሳይሆን አርቆ በማሰብ፤ የራስን ጥቅም ከሀገራዊ ጥቅም በማሳነስ፤ ህዝብን ከድህነት በማላቀቅ ይገለፃል ሀገራዊ ጥቅም::

እንደማንኛውም የሀገራችን ዜጋ ለሀገራችን ብዙ በጎ ነገሮችን እመኛለሁ፤ በጎ የምመኘውም ለኢትዮጵያ ብቻ ሳይሆን ለኤርትራም፤ ለሱዳንም፤ ለኬንያም፤ ለደቡብ ሱዳንም፤ ለሶማሊያም፤ ለጂቡቲም፤ ለየመንም፤ ለሴሪያም በአጠቃላይ ለአለማችን ህዝቦች ሁሉ ነው፡፡ ምክንያቱም በሁሉም ሀገራት ያሉ ህዝቦች ሰላም ይፈልጋሉ፤ ጤና ይፈልጋሉ፤ ደስታ ይፈልጋሉ፤ እንዲሁም የእግዚአብሔር ፍጡሮች ስለሆኑና እኔ የማምነው እምነትና ዛሬ የደረስኩበት የአስተሳሰብ ደረጃ ሰዎችን በሙሉ በእኩል አይን እንዳይ ስለሚያስገድደኝ ነው፡፡ ሰዎችን በሙሉ በእኩል አይን ማየት ደግሞ በመጀመሪያ ጠቀሜታው ለራሴ የመንፈስ እርካታ ነው፡፡ ወገንተኝነትና አድልዎ የሰይጣናዊ አስተሳሰብ ውጤት ስለሆኑ፤ ሁሉ ሰው ራሱን ከእርኩስ የአድልዎ ስሜት መጠበቅ አለበት ብዬ አምናለሁ፡፡ ፍጹም ባልሆንም ሆን ብዬ ሰዎችን ላለመጉዳት ጥረት አደርጋለሁ፤ ደካማ አስተሳሰብ ካላቸው ነጋ ላለመሰለፍ የሚቻለኝን አደርጋለሁ፤ ሌሎችም ከጭፍን አድልዎና በደል እንዲርቁ እመኛለሁ፤ ምክንታዊነትን እመርጣለሁ፡፡

ምሳሌ ሊሆን የሚችሉትንም በሀሳቤ አምግሳቸዋለሁ... ለምሳሌ፤ ሀገራዊ ፍቅርን በተግባር ካሳዩት ወገኖች ውስጥ የማቂዶኔያ ማእከል መስራቹን ቢኒያምን እንደምሳሌ ልጠቅስ እወዳለሁ፤ ደካማ የማህበረሰብ ዋስትና በመኖሩ ምክንያት ያለጠያቂ ሜዳላይ የቀሩትን ወገኖች የተቻለውን ያህል ከለላ በመስጠት ታላቅ ምስክርነት ሊሆን የሚችል ማእከልን ስላደራጀ የማቂዶኔያው መስራች ለቢኒያም ያልኝን ታላቅ አክብሮት በዚህ አጋጣሚ ልገልጽ እወዳለሁ፤ ዝም ብዬ በጭፍን ሳይሆን ስራውን በቦታው ተገኝቼ የማየቱ እድሉ ነበረኝ፤ ማእከሉን በማየቴም በራሴ ህልምና በሀገሬ ተስፋ እንዳልቆርጥ ተበረታታሁ፤ የሰው ልጅ መስዋእትነት ለመክፈል ከተነሳ ያንን ያህል ርቀት መሄድ እንደሚችልም አየሁ፤... አንዳንዱ ለርካሽ የቁሳቁስ ጥቅም ወንድሙን በሚያተፋበት ሀገር፤ የቢኒያም አይነቱ በንቃተ ህሊና የተሞላ ዜጋ ደግሞ ያንን ያህል ከባድ ርቀት ሄዶ የተረሩ ዜጎችን ሰብስቦ

የሚቻለውን ከለላ ይሰጣል፤ በእርግጥ የቢኔያም አይነት ውሳኔና ቆራጥነት እጅግ ከፍ ያለ ስብእና ይጠይቃል፤ የኔ አይነቶቹ ደካማ ዜጎች እዛ ደረጃ ለመድረስ ብዙ ትግል ይጠብቀናል፤ ከራስ በላይ ለሌሎች መኖር ማለት እንደዛ ስለሆነ፡፡ ስለዚህ እውነተኛ ሀገራዊ ፍቅር ራስን ለሌሎች አሳልፎ በመስጠት የሚገለፅ ይመስለኛል፡፡

እውነታው ይህ ሆኖ ሳለ፤ አልፎ አልፎ በማህበራዊ ድህረገፆች በተለይ ፌስቡክ ላይ ባንዲራችንን በተመለከተ ሰፉ ያለ ውይይትና ክርክር አነባለሁ፤ በሀገራችን የነበሩ የባንዲራ አይነቶችም ለምርጫ ቀርበው አይቻለሁ፤ አንዳንዱ ‹የኛ ባንዲራ አረንጓዴ ቢጫ ቀይ ብቻ ነው ምንም ሌላ ምልክት የለውም› ይላል፤ ሌላው ደግሞ ‹አይ የኛ ባንዲራ ባለአንበሳው ነው› ይላል፤ ሌላው ደግሞ ‹ተሳስታችሁዋል፤ ባንዲራችን አሁን የምንጠቀመው ባለኮከቡ ነው› ይላል፡፡

የኔ አስተያየት ለየት ያለ ነው፤ ባንዲራችንን በተመለከተ በማህበራዊ ድህረ ገፆች የሚደረጉት ክርክሮች ሁሉ አግባብ አይመስሉኝም፤ ባንዲራ ትልቅ ነገር ነው፤ እጅግ ትልቅ ነገር ነው፤ አድሜ ለዴንማርክ መንግስት፤ የትምህርት እድል ስለተሠጠኝ፤ ባንዲራ ምን እንደሆነ ከቀለማት ባለፈ በተግባር የተረዳሁት ዴንማርክ ሀገር ነው፡፡ የዴንማርክ ሀገር ትምህርት ሳይንስ ብቻ ሳይሆን ዜግነትም አስተማሮኛል፤ በእርግጥ ደስ የሚል ሀገራዊ ፍቅር ያለበት ቤተሰብ ውስጥ ነው የተወለድኩት፤ በተለይ የአባቴ የአቶ ረታ አለማየሁ የሀገር ፍቅር ሁሌም አብሮኝ ይኖራል.... በባንዲራ ውስጥ ዜጎችና ዜግነት አለ፤ ስለሆነም የሀገራችን ባንዲራ ማለት የሀገራችን ዜጎች የጋራ ምልክትና መታወቂያ ማለት ነው፤ ዜግነት ማለት ደግሞ ማንነት ነው፤ ስለሆነም በተለያዩ መንግስታት ወቅት የባንዲራው ይዘት በተወሰነ መልኩ ቢቀየርም፤ ባንዲራችንን በተመለከተ .....ከቀለማቱ በዘለለ ምን የሚሰማን ስሜት አለ? ኢትዮጵያዊ ዜግነታችንስ ለህዝቦቹ ምን ያህል ከለላ ሆነ? የዜጎቻችን ሀገራዊ ፍቅር እስከ ምን ድረስ ነው ወዘተ የሚሉትን መወያየት የበለጠ ትርጉም የሚሰጥ ይመስለኛል፡፡ ምክንያቱም:-

ባንዲራችን ትርጉም መስጠት ያለበት ለሁላችንም ነው፤ ሁሉም ከልጅነት እስከ ሽምግልናው ድረስ የቻለውን ያህል የሀገራችን ባንዲራ ትርጉም ሊሰጠው ይገባል፤ እኔ እስከምገባባኝ ድረስ የአንድን ሀገር ባንዲራ ማክበር ማለት የዛን ሀገር ዜጎችም ማክበር ማለት ነው፤ ይቅርታ ይደረግልኝ በዚህ ፅሁፍ ውስጥ ዴንማርክን ደጋግሜ ነው የምጠቅሰው፤ ለአንድ የዴንማርክ ዜጋ ባንዲራ ማለት የመኖሩ ዋስትና ማለት ነው፤ የዴንማርክ ዜግነት ዴንማርክ ካፈራቻቸው ሀብቶች አንድ የዛ ሀገር ዜጋ ለመኖር የሚያስፈልገውን መሰረታዊ ነገሮች የሚያገኝበት ማለት ነው፤ የዴንማርክ ዜጋ ልጁ ሲታመም በነፃ ህክምና ያገኛል፤ ለምግብና ለመጠለያው የሚበቃ ገንዘብ ያገኝበታል፤ ልጆቹን በነፃ ትምህርት ቤት ይልካል፤ እንዲሁም በዜግነቱ መሰረታዊ የኑር ነገሮች እንዳይቸግሩት ገንዘብ ይከፈለዋል፤ ከሀገሩ ውጪ ቢሄድ ባለበት ከትትል ይደረግለታል፤ ሲቸገር ቶሎ መፍትሄ ይፈለግለታል፤ በሀገሩ የሚፈልገውን አይነት ሀሳብ በሰላማዊ መንገድ አንዲገልፅ ሙሉ መብት ይሰጠዋል.... ከሁሉ በላይ አብአዊ መብቱ የተረጋገጠ ነው...ዜግነት ማለት እንደዚ ነው፤ የሀገራችንን ሁኔታ ስናይ ዜግነታችን ለሁሉም እኩል የመኖር ዋስትና በተጨባጭ አልሰጠም፤ ኢትዮጵያዊ ዜግነት ከሌሎች ዜግነቶች እኩል ለመሆን ብዙ ርቀት መሄድ ይገባዋ፤ በውጪው አለም ዜጎቻችን ዘንድ፤ ሀገራዊ ባንዲራችንና ዜግነታችን በቀላሉ ለሌሎች ሀገራት ዜግነት እየተቀየረ ይገኛል፤ ይህ የሚሆነው ግን በሀገር ጥላቻ ሳይሆን እዚህ ሀገር ቤት ስንኖር ዜግነታችን ወይም ባንዲራችን  ለደህው ዜጋ ታች ድረስ ወርዶ ለሁሉም የሀገራችን ዜጎች ትርጉም መስጠት ወይም የኑር ዋስትና መሆን አልቻለም፤ ዜግነት ወይም በአንድ ሀገር ተወላጅ መሆን በዛች ሀገር በሰላም ለመኖርና ዘላቂ ኑር ለመመስረት ካላበቃ ዜግነቱ ጥያቄ ውስጥ ነው ማለት ነው፤ ባንዲራውም ቢሆን ተመሳሳይ ነው፤ ራቅ አድርገን ካየነው መሰረታዊው ጉዳይ የባንዲራው ቀለማት አቀማመጥ ሳይሆን የዛች ሀገር ዜጋ መሆን ለዜጋው በዜግነቱ ከለላ መስጠቱ ላይ ነው፡፡ ስለሆነም የሀገራችንን ባንዲራ በተመለከተ ለእኔ እጅግ ትርጉም ያለው ውይይት ዜግነታችን/ባንዲራችን/ ለዜጎች ምን ያህል ትርጉም አለው

የሚለው እንዲሁም የበለጠ ጥሩ እንዲሆን ምን እናድርግ የሚለው ነው:: እኔ እስከማውቀው ድረስ መጠኑ ቢለያይም በሁሉም የሀገራችን መንግስታት ዘመን ወገኖቻችን ወደውጪ እየተሰደዱ ነበረ፤ አሁንም እየተሰደዱ ነው፤ ስደቱም እየጨመረ ነው፤ ወገኖቻችን ወደውጪ ተሰደውም የኛ ሀገር ዜግነት ትተው የሰለጠኑ ሀገራትን ዜግነት እየወሰዱ ነው:: ይህ ለምን ሆነ? መልሱ ግልፅ ነው፤ መጀመሪያው ድህነት ነው፤ ድህነት እጅግ ከባድ አደጋ ነው፤ በተለይ የአስተሳሰብ ድህነት፤ ሁሉ ነገር አስተሳሰብ ውስጥ ይጀምራል... ስልጣኔ ቁሳቁስና ልብስ ቢሆን ብዙ የሰለጠኑ ዜጎች ይኖሩን ነበረ... እውነታው ግን ስልጣኔና ደረጃውን የጠበቀ ዜግነት አርቆ ከማሰብና በዛው ልክ በጋራ ተባብሮ ከመስራት ይመነጫል... አስተሳሰባችን ሲሰለጥን በዛው ልክ ሀገራዊ ዜግነታችን ለሁላችንም እኩል ዋስትና ሊሆነን ይችላል::

እስቲ አስቡት፤ ጎዳና ላይ ለሚኖሩ ወገኖቻችን የኢትዮጵያዊ ዜግነታቸው ትርጉም ምን ያህል ነው? ሀገራችንን ዜጎቿ በባህርና በአየር ቀን ተለሊት እንደምንም ጥለዋት ሊሰደዱ የሚፈልጉ ከሆነ፤ የውይይታችን ዋና ርእስ መሆን ያለበት ስለባንዲራችን ቀለማት ነው ወይስ ስለዜግነታችን ትርጉምና ለዜጎች የሚሰጠው ዋስትና?

በእርግጥ ባንዲራችን መንግስት በተቀየረ ቁጥር ባይቀያየር ደስ ይለን ነበረ፤ ብዙ ስህተት ተሰራ፤ ***ላለፈው ክረምት ቤት አይሰራም*** ይላል አባቴ ሲተርት፤ ነገር ግን ያለፈው አለፈ፤ ያለፉትን ወቅስንም ችግራችንን መፍታት አንችልም፤ ዳሮ የነበሩት አሁን የሉም፤ ይህ ትውልድ ደግሞ በሰለጠነ አስተሳሰብ ሀገሩንና ዜጎቹን ለማስከበር ድህነትንና አድልዎን በመዋጋት ሀገሩ ለዜጎቿ ሁሉ እኩል ትርጉም እንድትሰጥ ማድረግ አለበት:: ስለባንዲራችን ቀለማት ደግሞ ቀስ በቀስ ተወያይተን መግባባት አንችላለን:: ቅድሚያ ለሚሰጥ ቅድሚያ እንስጥ! የሰው ልጆች በረሀብ እየሞቱ ስለባንዲራ ቀለም መነታረክ አግባብ አይመስለኝም::

ስለሆነም ሁላችንም የባንዲራችንን ክብር ከፍ ለማድረግ ለኢትዮጵያ ዜጎች ሁሉ የመኖር ዋስትና መስጠት እንድንችል ማድረግ ይጠበቅብናል፤ ተግባራዊነቱ ከባድ ቢሆንም ቢያንስ ያንን አይነት ህልም እንዲኖረን እንጂ ስለባንዲራችን ቀለማት ብቻ ጭቅጭቅ ውሀ የሚቋጥር አይመስለኝም፡፡ አዎ! ወኔ ያስፈልጋል፤ ለባንዲራችን ክብር ስንል፤ ለዜግነታችን ክብር ስንል፤ የሀገራችን ዜጎች ሁሉ በሀገራቸው ላይ ሰላማዊና የተረጋጋ ህይወት እንዲኖሩ የማድረግ ቆራጥነትና መስዋእት ለመክፈል ወኔ ያስፈልገናል፡፡ ይህን ህሳብ እውን ማድረግ ከባድ ሰላማዊ ጦርነት ነው፤ ከራሳችን ጋር በህሳብ መዋጋት አለብን፤ እርስ በእርስ በህሳብ መግባባት መቻል አለብን፤ መቻቻል በራሱ ታላቅ ትእግስት ይጠይቃል፤ በሀገራችን ከተሞች በየታክሲው ላይ በአስር ሳንቲም መልስ ምክንያት የሚሰዳደቡ ተሳፋሪዎችና የታክሲ ረዳቶችን ማየት የተለመደ ነው፤ የሚገርመው እኮ በተለይ በዘሬ ገበያ በአስር ሳንቲም የሚገዝ ምንም የለም፤ እኛ ግን እንደትልቅ ነገር ለአስር ሳንቲም እንሰዳደባለን፤ ይህች አንዲት ትንሽ ማሳያ ናት፤ በአብዛኛው የአለመግባባት ምክንያቶቻችን ትንንሽ ጉዳዮች ናቸው፤ ቀለል አድርገን መተውና ይቅርታ መደራረግ ስንችል፤ አንዳችን ሌላውን እንሳደባለን፤ እንጣላለን፡፡   ነገር ግን ሁላችንም አንዳችን ለሌላው መቆርቆር አለብን፤ በፍፁም የሀገራችን ዜጎች ምግብና መጠለያ ፍለጋ ሲባል ዜግነታቸውን መቀየር የለባቸውም የሚል ወኔ ሊኖረን ይገባል! በአውሮፓ የስደተኞች ጣቢያ ካሉት የሀገራችን ስደተኞች አንዱ ለቃለመጠይቅ ሲቀርብ ከሚሰጣቸው ምክንያቶች ሊነገረን ቢችል፤ ለምን ጥገኝነት ትጠይቃለህ ቢባል መኖር ስላልቻለኩ፤ ስለራበኝ፤ ቤትና ንብረት ማፍራት ስላቻልኩ ሊል ይችላል፤ አንድ አሜሪካዊ ዜጋ ግን እንደዛ ይላል ብለን መጠበቅ የለብንም፤ ስለሆነም ለእኔ ባንዲራ ትርጉሙ ለሁሉም ዜጎች ዋስትና መስጠት ሲችል ነው እንጂ ለክብረበአላት ብቻ ስለምንጠቀመው አይደለም፡፡

ሀገራችን በውጫ ሀገራት ሀይሎች በተወረረች ጊዜ በሁሉም መንግስታት ጊዜ ወንድሞቻችን ደማቸውንና ህይወታቸውን ሰውተዋል፤ ባለአንበሳውም ቢሆን፣ ምንም ተጨማሪ ምልክቶች ያልነበሩትም ቢሆን፣ አሁን የምንጠቀመው ባለኮከቡም ቢሆን፣ ሁሉም የነበሩን ባንዲራዎቻችን መስዋእትነት ተከፍሎባቸዋል፤ በንጉሱ ዘመን፣ ወይም በደርግ ፣ ወይም በአሁኑ መንግስት ለሀገርና ለባንዲራ ክብር ደማቸውንና ህይወታቸውን ለከፈሉት ወገኖቻችን ክብር ስጌ የባንዲራ ቀለማት ውይይታችንን ልብ ማለት አለብን፡፡ በተለያየ ጊዜ ህይወታቸውን ለከፈሉት ወገኖቻችንን፣ ባንዲራችን ትክክል ስላልሆነ ትግሉ ልክ አይደለም ማለት የምንችል ይመስለናል? እውነታው ግን የሁሉ ነገር መሰረት ህዝባችን መሆኑን መረዳቱ ላይ ነው፤ የትኛውንም ባንዲራ ይዘው ቢዘምቱም፣ ወንድሞቻችን የዘመቱት የሀገራችንን ህዝቦች ከጠላት ለመከላከል ነው እንጂ አንዱ ባንዲራ ላይ የተጨመረው ወይም የተቀነሰው ምልክት ከሌላው የተለየ ስሜት ስለሚሰጣቸው አይመስለኝም፤ በአጭሩ ሀገራዊ መሰረታችንን ህዝብን ብናደርግ ይህ ሁሉ ጥቃቅን ውይይት ባልተሰማ ነበረ፡፡ ክብር ለህዝባችንና ለባንዲራችን ሲባል ህይወታቸውን ለከፈሉ ጀግኖቻችን፡፡

ስለሆነም የባንዲራና የሀገር ትርጉም ሊነጣጠሉ አይችሉም፤ ግን ሀገር ምንድን ነው? ሰዎች የአንድን ሀገር ዜግነት የሚመርጡት ምን ምን መስፈርቶችን በመጠቀም ነው? የሚሉ ጥያቄዎችን መጠየቅ ስለኢትዮጵያ ዜግነታችን እንድናስብ ያደርገናል፤ በሀገራችን ከፍተኛ የኑሮ ደረጃ ላይ ያሉት ጭምር ልጅ ለመውለድ ወደአሜሪካን መሄድና ለሚወለዱት ልጆች አሜሪካዊ ዜግነት መፈለግ የተለመደ እንደሆነ እያወቅን፤ ለዜግነታችን ክብርና ትርጉም ለማስገኘት መስራት አለብን እንጂ፤ በልዩነቶች ላይ አትኩረን የአንድነት ሀይላችን ማዳከም የለብንም፡፡ አባቶቻችን የተወሰነውን ትክክል ሌላውን ደግሞ ስህተት ሰርተዋል፡፡ እኛ ከነሱ የተሻለ ማድረግ አለብን፡፡

ህንዶች ብዙ የሚያስቀና ሀገራዊ ፍቅር አላቸው፤ ከህንዶች ጋር ሲወዳደር ብዙዎቻችን ለሀገራችንና ለሀገር ምርቶች ያለን ፍቅር በጣም ዝቅተኛ ነው።። ከህንዶች ብዙ መማር እንችላለን።። እስከዛሬ በተለያዩ አጋጣሚዎች ያገኘሁዋቸው ህንዶች የሚለብሱት የሀገራቸውን ባህላዊ ልብስ ነው።። የሚመገቡትም የራሳቸውን ምግብ ነው።። የሚገዙትም የሀገራቸውን ምርቶች ነው።። በህንድ ሀገር የተሰራ የሚለው ለነሱ ትልቅ ዋጋ አለው።። ለኛ ደግሞ በሀገራችን የተመረቱ ምርቶች የዝቅተኛ ጥራት ምሳሌ ናቸው።። ጫማ ወይም ሱሪ ስንገዛ ባለሱቆቹ የውጪ ሀገር ምርት ነው፤ የቱርክ ምርት ነው፤ የጣሊያን ሀገር ምርት ነው፤ የታይላንድ ነው ወዘተ፣ ብለው ነው ከፍ ባለዋጋ መግዛት እንዳለብን የሚያስረዱን።። በጣም የሚገርመው ነገር ህንዶች ለብዙ ዘመናት የእንግሊዝ ቅኝ ግዛት ሆነው የቆዩ ቢሆንም የራሳቸውን ባህል አስጠብቀው መቆየት ችለዋል።። ለራሳቸው ሀገርና ባህል ያላቸው ከብርና ፍቅር ለኛ አይነቶቹ ህዝቦች ጥሩ ምሳሌ ያደርጋቸዋል።። የህንድ አለባበስ እና የህንድ ሀገር ፊልሞችም ጭምር ወደኛ ሀገር በገፍ እየገቡ ነው።። ቅኝ ግዛት ሳንገዛ እንዴት ከህንዶች ባነሰ የሀገራችንን አለባበስና የሀገር ምርትን ትተን የውጪሀገር ምርትን መጠቀም እንደቻልን ግራ ያጋባል።። ሳናውቅ ልባችን ከሀገር ውስጥ የለም፤ ልባችን ውጪ አምላኪ ሆኖብናል።። በእርግጥ ከዱሮው በተሻለ አሁን አሁን የሀገራችን ብሄር ብሄረሰቦች ልብሶች ለከብሬ በአላት መልበስ እየተለመደ መጥቷል።። ነገር ግን ከባህላዊ ሽማኔዎች በተጨማሪ ዘመናዊ ፋብሪካዎችም ሀገር በቀል ልብሶችን በብዛትና በጥራት ለገበያው ማቅረብ አለባቸው፤ እኔ ራሴም ሱሪ ወይም ሸሚዝ መግዛት ሲኖርብኝ አንድም ቀን ባህላዊ የልብስ ቤቶችን ገብኝቼ አላውቅም።። ሀሳቡም ባህላዊ ልብስ መግዛት ትዝ ብሎኝም አያውቅም፤ የሀገራችንን ልብሶች ለበአል ቀናት ብቻ የሚለበሱ አድርገን አእምሮአችን ውስጥ ስለናል፤ ቢሆንም የሀገራችን ባህላዊ አልባሳት በልብስ ዲዛይነሮች ተሻሽለውና በብዛት ተመርተው በየቡቲኮች መግባት እንዲችሉ መደረግ

ያለበት ይመስለኛል፡፡ ከሁሉ በላይ ግን የአልባሳቱ ጥራት የበለጠ መሻሻል አለበት፡፡

በጫማዎች በኩል እየተደረገ ያለውን እድገት እንደምሳሌ መውሰድ ይቻላል፡፡ ዛሬ ዛሬ እዚሁ ሀገራችን የተመረቱ ብዙ ቆንጆ ቆንጆ ጫማዎች በአነስተኛ ዋጋ ገበያ ላይ ማግኘት ተችሎአል፡፡ ዳሮውንም በአፍሪካ በቀንድ ከብት ብዛት አንደኛ የሆነች ሀገር ቆዳና ሌጦን ወደውጪ ልካ የጫማና የሌዘር ምርቶችን ከውጪ ማስገባትዋ የሀገሪቱን የማምረት ኢንዱስትሪ የእድገት ደረጃ ዝቅተኛነት ቆንጆ ማሳያ ነው፡፡ ካልሆነ ጥሬ እቃው እዚሁ ሀገራችን እያለ እንዴት የቆዳ ምርቶች ከውጪ ወደሀገራችን እናስገባለን? የቆዳ ኢንዱስትሪያችን እድገት ቢኖረው አብዛኛው የሀገራችን ህዝቦች በሀገራቸው የተመረቱ የሌዘር ምርቶችን መልበስ ነበረባቸው፡፡ ሁላችንም ወደቡቲኮች ስንሄድ የሀገራችንን ምርቶች፣ የሀገር ባህል ልብሶችና አልባሳት፣ የሀገር ውስጥ ጫማዎችን ወዘተ በመጠቀም የሀገራችንን አምራች ኢንዱስትሪዎች ብናበረታታ ከህዝባችን ብዛት የተነሳ የአምራች ፋብሪካዎች ገቢ ከፍ ይላል፡፡ እኛም ለራሳችንና በሀገራችን ምርቶች ያለን መተማመን እየጨመረ ይሄዳል፡፡ ልብ ማለት ያለብን የሀገር ፍቅር ስንል የገንዘብ አጠቃቀምንም ያጠቃልላል፡፡

እዚህ ሀገራችን በተለያዩ ዩኒቨርሲቲዎች ተቀጥረው የሚያስተምሩ የሀንድ መምህራን የወር ደሞዛቸውን ተቀብለው በቀጥታ ወደሀገራቸው ባንኮች ልከው ያጠራቅማሉ፡፡ እኛስ? ውጪ ሀገር ካሉ ኢትዮጵያውያን ስንቶቹ ናቸው እዚህ ሀገራችን ባንኮች ውስጥ ብራቸውን የሚያጠራቅሙት? ኢትዮጵያውያኑ እንደዛ እናድርግ ብለው ቢያስቡ የሀገራችን የባንኮች አሰራር ምን ያህል ቀልጣፋ ነው? አንዳንዴ የባንክቤት ሰራተኞች የራሳችንን ብር ለማውጣት ስንሄድ ብር ልመና የሄድን ይመስል ስናናግራቸው ተኮሳትረውና እየተነጫነጩ ተቃጥለን እንመለሳለን፡፡ አሁን ያለው የባንኮችን አሰራር ውጪ ሀገር ያሉዜጎችን

ገንዘባቸውን ሀገራችን ባንኮች ውስጥ እንዲያስቀምጡ ማበረታታት አለበት፡፡
ለሁሉም የሀገር ፍቅርን ከህንዶች ብንማር፡፡

# የልጅነት ጊዜ

ይህ መጽሀፍ ብዙ ቦታዎች ይደርሳል፤ ብዙ ሀሳቦችን ይነካካል፤ በዚህ ሁሉ ሀሳብ ውስጥ ግን የልጅነት ጊዜዬንና ሥተወለድኩባትን የሴሩን ከተማ ካላነሳሁ የጎላ ከሴራ ከሌሳ የለም የፊቱ የተባለውን መሰረታዊ አስተሳሰብ አፈረስኩ ማለት ነው፤ ልጅቼ ደግሞ ከሁሉ ታሪክ በፊት ቀድሞ እንዲነራቸው የሚፈልጉት የአባታቸውና የእናታቸው ታሪክ መሆኑን በመገመት ቀድሜ ልዘጋጅ፤ የኔ የተውልድ በአርሲ ዞን፤ ሴሩ ወረዳ፤ ሴሩ 01 ቀበሌ ሲሆን የተውልድ ዘመኔ መች እንደሆን በትክክል ሊነገረኝ የሚችል ሰው አልተገኘም። ስለሆነም የኔ እድሜ ስንት እንደሆነና የልደት ቀኔን ስጠይቅ ከእናቴና ከአባቴ የማገኘው መልስ የተለያየ ነው። እናቴ የተወለድከው በጥቅምት ወር ነው ስትለኝ አባቴ ደግሞ አይ አይደለም ያንተ የልደት ወር ህምሌ ነው ይለኛል። ማንኛቸውን ልምን? በስንት አመተ ምህረት ብዬ ስጠይቅ አባቴ በ1973 ሲለኝ እናቴ ደግሞ አመተ ምህረቱን አላውቀውም ትለኛች። ለትምህርት ወደውጪ ሀገር ሄጄ በተደጋጋሚ እድሜዬንና የልደት ቀኔን ስጠየቅ ለመመለስ ሳቅማማ ጠያቂዎቹ ግራ ይገባቸው ነበረ፤ የኢትዮጵያዊነት / በተለይ ከገጠር ለመጣነው ማለቴ ነው/ አንዱ መገለጫችን እድሜያችንና የልደት ቀናችንን በትክክል መናገር አለመቻላችን ነው። በእርግጥ ትክክለኛ እድሜያችውን እያወቁ ወጣት ለመባል ቀንሰው የሚናገሩ ቢኖሩም። ለሁሉም የራሴን እድሜ ለማወቅ ትምህርት ቤት የገባሁበትን አመት 1980/ እንደመነሻ አድርጌ በራሴ የሂሳብ ስሌት ትምህርት ቤት ስገባ ገና የልጅነት /የወተት/ ጥርሴን መንቀሌ ስለነበረ 7 አመቴ እንደሆነ በመውሰድ ከ1980 ላይ 7 በመቀነስ 1973 ተወለድኩ ብዬ እጃምራለሁ። ከዘ 12 አመት ትምህርት ቤት ቆየሁ። አራተኛ ክፍል ስደርስ ለሁለት አመት አቋርጬ ስለነበረ አስራ ሁለተኛ ክፍል ስጨርስ የ7+12+2 በድምሩ የ21 አመት ወጣት ነበርኩ ማለት ነው። ከዘ 4 አመት ለመጀመሪያ ዲግሪ ፤ 2 አመት ለሁለተኛ ዲግሪ፤ 2 አመት ለመጀመሪያ ስራ

ልምድ፣ 6 ዓመት ከሁለተኛ ዲግሪ ጀምሮ በስራ ላይ በአጠቃላይ 21+4+2+2+6 ቢድምሩ በ2008 ዓ.ም. የ35 ዓመት ጎልማሳ ነኝ ማለት ነው።

እንግዲህ አስቡት እድሜየን ለማወቅ ይህንን ሁሉ ስሌት ማስላት ነበረብኝ። የተወለድኩት ዴንማርክ ሀገር ቢሆን ኖሮ /አይደለም እንጂ/ የልደት ቀኔ፤ሰዓቱ እንዲሁም ደቂቃው ጭምር በፌዴራል የጤና ማህደር ውስጥ ተመዝግቦ ይቀመጥ ነበረ። ስለሆነም ከተወለድኩበት ቀን ጀምሮ የራሴ የሆነ መታወቂያ ቁጥርም ይኖረኝ ነበረ። እኛ ሀገር ግን ዛሬም ድረስ አይደለም ገጠር ለሚወለዱት ህፃናት፤ አዲስ አበባ ከተማ ለሚወለዱት ህፃናትም ቋሚ የልደትና የጤና መረጃ የለንም። ሰዶ ማሳደድ ቢያምርሁ ዶሮህን በቆቅ ለውጥ ማለት ይህ አይደለም እንዴ? ልጆቹ እንደተወለዱ ለምን መረጃቸውን በቋሚ መልኩ አንመዘግብም? ኮምፒተሮች ስለሌሉን ነው ወይስ አዋላጅ ነረሶች ስለሌሉን ?

ወላጆቹ ከኔ ልደት ይልቅ የታላቅ እህታችን እድሜዋን ለመርሳት አስቸጋሪ ነው ይሉናል። ምክንያቱም ታላቅ እህታችን ስትወለድ ሶማሊያ ሀገራችንን ወረራ አካሂዳ ወደመሃል ሀገር ድረስ ገብታ ስለነበር፤ በስደት ጉዞ ላይ እንዳሉ በሶማሌ ታጣቂዎች ተይዘው አባታችን ከታጣቂዎቹ ጋር መጋጨቱንና ሊገድሉት አስበው ስለህፃንዋ ሲባል ይቅርታ እንደተደረገላቸውና ከዛም ስምዋ ዘውዴ መባሉ ተነግሮናል። ዛሬም ድረስ ገጠር ለስራ ስንወጣ እናቶች የልጆቻቸውን እድሜ የሚነግሩን ከተለያዩ ገጠመኞች ጋር በማያያዝ ነው። ድርቅ ወይም ሌላ የተለየ የተፈጥሮ አደጋ እንዲሁም የምርጫ ጊዜዎች ለልጆች ልደት እንደማስታሻ ይጠቀሳሉ። በገጠር የሀገራን ከፍሎች የልጅን እድሜ ለማወቅ አብር ታሪክም ማወቅ ያስፈልጋል ማለት ነው። የተለያዩ መረጃዎች ሲሰበሰቡ የአከባቢውን ቋንቋና ባህል የሚያውቅ ሰው ቢሆን ይመረጣል የሚባለውም ለዚሁ ነው። የገጠሩ ማህበረሰብ የተለያዩ መረጃዎችን ሲነግረን በቀጥታ ሳይሆን በተዘዋዋሪ ነው፤ እናቴም የታላቅ እህታችን እድሜ ስንት እንደሆን ብትጠየቅ የምትመልሰው

መልስ ‹ሶማሌ ሀገራችንን በወረረች ወቅት የአንድ አመት ልጅ ነበረች፤ ትለናለች እንጂ ትክክለኛውን እድሜ አታውቅም:: ሶማሊያ ሀገራችን የወረረችው መች ነበረ?

የልጅ እድሜ ግን ለሀገራችን የህብረተሰብ ጤና እቅድና የልጆች ጤንነት መረጃ ትልቁ ግብአት ነው፤ ምክንቱም የአንድን ልጅ አመጋገብና አስተዳደግ ሁኔታ የምንገመግመው የእድሜ፤ የቁመትና የክብደትን ልኬት ከአለም አማካይ እድገት ጋር በማወዳደር ነው፤ ልጆች ሲታመሙም መድህኒት ለመስጠት እድሜ ማወቅ ያስፈልጋል፤ ታዲያ ከልጆች እድሜ ላይ የተወሰኑ ወራትን መቀነስ ወይም መጨመር በልጁ የጤና ሁኔታ ላይ ትልቅ ልዩነት ያመጣል:: አንዲት የገጠር እናት የልጆሽ እድሜ ስንት ነው ብትባል 5 አመት ነው ብላ ልትመልስ ትችላለች፤ አምስት የሆነው ግን አራት አመቱ አለፎ በሁለተኛው ወር ሊሆን ይችላል፤ ስለሆነም ልጅ ከተወለደ 50 ወራት ሲሆን በስህተት 60 ወራት ተብሎ ሊመዘገብ ይችላል፤ ይህም ምክንያቱ ብዙ ጊዜ እናቶች የልጆችን እድሜ የሚናገሩት በሙሉ ቁጥር ስለሆነ ነው፤ አንድ፣ ሁለት፣ ሶስት፣ አስር ወዘተ እንጂ የልጆቹን እድሜ አመቱን፣ ወሩንና ቀኑን መጥቀስ እንደሚያስቸግራቸው በምርምር ወቅት መስክ ላይ መረጃ ስንሰበስብ በተግባር አይቻለሁ:: አንዲት የስድስት ልጆች እናት እድሜሽ ስንት ነው ተብላ ተጠይቃ አስራ ስምንት ብላ እንደመለሰች ትዝ ይለኛል::

ስለሆነም የእድሜን ጉዳይ ለልደት በአል አከባበር ብቻ ሳይሆን ለልጆችና እናቶች ጤንነት መለኪያና እቅድና ግምገማ እንደግብአት ስለምንጠቀምበት መረጃው በሚገባ መመዝገብ አለበት:: ለምሳሌ መቀንጨር /እስተንቲንግ/ የሚባለው የአመጋገብ ችግር መለኪያ የሚታወቀው ከህፃናት እድሜና ቁመት በመነሳት ነው:: የልጁ ቁመት በትክክል ቢለካም እድሜው በትክክል ካልታወቀ መረጃው የተጓሏ

መሆን አይችልም። ስለሆነም የልጆች የልደት መረጃ በጤና ተቋማት በተገቢው ሁኔታ መቀመጥ አለበት።

እንግዲህ እኔ የማስታወሰው የልጅነት ህይወቴ የተጀመረው ሴፉ ከተማ በነበረ የህዝብ መዋለ ህፃናት ነው። ከመዋለህፃናት መልስ የበጎች እረኝነት ስራ የልጅነት ትዝታዬ ነው፤ የበግ እረኝነቱ እጅግ ብዙ ደስ የሚሉ ትዝታዎችም አለው፤ ለምሳሌ የበጎቻችን ግልገሎች ሲወለድ ተሸክመናቸው ወደቤት ስንገባ የነበረው ትዝታ አይረሳኝም፤ ከእረኝነቴ ከነበረኝ አሳዛኝ ትዝታዎች፤ አንድ የበግ ሙከት ሌባ ሰርቆብኝ የተገረፍኩት ግርፋ ነው። ከእለታት አንድ ቀን መምሻ ላይ በጎቼን ከሜዳ ወደቤት እየነዳሁ ወደግቢያችን እንደርስ በጎቹ ከግቢው የሚወጣ ውሻ አስደንብሮዋቸው በፍጨ ወደመጡበት የተመለሱ ሲሆን ፈልገን ሳናገኛቸው ቀርተን በአንድ ምሽት ስምንት በጎችን ጅብ እንደጨረሰብን አስታውሳለሁ። በጎች አንዴ ከደነበሩ ሲሮጡ ከኋላ የራሳቸው ጮራ እንቅስቃሴ የበለጠ ስለሚያስደነብራቸው በቀላሉ አይቆሙም የሚባለው እውነት ነው ማለት ነው፤ ፍየሎች ግን እንደበጎች አይታለሙም፤ ሮጥ ብለው ወደኋላ ዘረው ያያሉ፤ በጎች ግን አንዴ መሮጥ ከጀመሩ በቀላሉ መቆም የለም።

ዋናው የእረኝነት ቦታችን ሴፉ አባስ ሜዳው ነበረ፤ ሴፉ አባስ ደኑ ጥቅጥቅ ሲሆን የተከለለ ነበረ። ታዲያ አባስ ደን ውስጥ ጅብ፤ ድኩላ፤ ሚዳቆ፤ አሳማ፤ ቀበሮ፤ አልፎ አልፎም ነብር እንዳለ ይታወቅ ነበረ። ዛሬ ያሁሉ ደን የለም፤ ዝግባው ሁሉ ተቆርጦ አለቀ፤ መሬቱ አፈሩ ተሸረሸረ፤ በሀገራችን በረሀማነት ተስፋፋ። የግብርና ቢሮና የአከባቢ የተፈጥሮ ሀብት ጥበቃ ቢሮዎች ግን በየወረዳው መኖራቸው ፋይዳው ምን እንደሆነ በፍጹም አይገባኝም። በእርግጥ የህዝቡ ብዛትና አማራጭ የገቢ ምንጭ ሊታሰብበት ያስፈልጋል። ምክንቱም ብዙ ወገኖቻችን በከሰል ስራና በእንጨት መሸጥ ይተዳደራሉ፤ ደንና ተፈጥሮ ሀብትን ማልማት ከፈለግን ለነኚህ ወገኖች አማራጭ የስራ እድል መፍጠር ያስፈልጋል። ለምሳሌ የንብ እርባታ፤

የቱሪስት መዝናኛ ለስራ እድል መፍጠሪያ ሊሆኑ ይችላሉ። ወደውጪ ከመሄዳ በፊት የአውሮፓ ሀገራት ከፋብሪካዎች በሚወጣ የተቃጠለ አየር የተበከሉ ናቸው ብዬ አስብ ነበረ፤ ሀገራችንም በተፈጥሮ ሀብት የታደለች ናት ሲባል ስለምሰማ ከሌሎች በተሻለ ደረጃ ያለን ይመስለኝ ነበረ። እውነታው ግን ተቃራኒ ነው፤ በአውሮፓ ያሉ ሀገራት ከምንገምተው በላይ ብዙ ጥቅጥቅ ደን አላቸው።

ሴሩ አባስ ሜዳ እረኞች ሆነን፣ የፈረስ ጭራ ሰርቀን ቆርጠን ከቆላ ለሚመጡ ሴቶች እንሸጥ ነበረ። በሴሩ ቆላማ ክፍሎች የሚኖሩ ወጣት ሴቶች ለትዳራቸው ሲዘጋጁ ከስንደዶና ከፈረስ ጭራ የተዘጋጀ የሚያምር ስፌት ይሰፉበታል፤ እኛም በስርቆት ከተገኘው የፈረስ ጭራ ሽያጭ የዋጃ መዝና ሽንኩራ እንዲሁም ቁልቁል እንገዛበት ነበረ። በዛን ጊዜ በአስር ሳንቲም ስስት ሙዝ እንገዛ ነበረ፤ ሴሩ በፍራፍሬ የታደለች ከተማ ነበረች። በተለይ ከዋጃና ከዋቤ የሚመጣው ሙዝ፣ ፓፓያ፣ ሽንኩራ፣ ብርትኳን የሚገረም ነበረ። በሴሩ ልጆች ዘንድ ሙዝ ንግድ የታወቀ ስራ ነበረ፤ በተለይ ከዋቤ ወንዝ ውስጥ የሚኖራት ወረዱቤዎች የሚያመጡትን ጭነት ሙዝ በጅምላ ገዝቶ መቸርቸር በሴሩ ወጣቶች ዘንድ የተለመደ ስራ ነበረ። እነ አቡሽት፣ ኑራ፣ ሰለሞን፣ ተፈሪ፣ ታዱ፣ አቡ ከበደ፣ ወዘተ ታዋቂ የሙዝ ነጋዴዎች ነበሩ። የሙዝ ንግዱ ስራ የበለጠ አትራፊ እየሆነ ሲመጣ ወጣቶቹ ለቅዳሜ ገበያ ቀድም ብለው አርብ ምሽት ጎልባ ወደምትባል የወረዱቤዎች ማደሪያ ስፈር በመሄድ ሙዙን ቀድመው ይገዙ ነበረ። በሴሩ ከተማ አባስ ጎሎቤ ተብሎ የሚታወቀው ቦታ ሼክ ሁሴን /ሼክ ሁሴን በባሌ፣ በአርሲና በሀረርጌ ድንበሮች አከባቢ የሚገኝ ትልቅ የአምልኮ ቦታ ነው/ ለመምለክ ከጀማ ድረስ የሚመጡም ነበሩ። እረኝነት ስንሄድ፣ የገሪቦቿን መንፈሳዊ ዜማ እያየን ስንደመም እንውል ነበረ፤ ቢሆንም በመሀል ከብቶቻችንን እየረሳናቸው የሰው እርሻ ገብተው እህል ተበልቶ ማታ ግርፍም ይጠብቀን ነበረ።

ከእረኝነቱ ጎን ለጎን የአንደኛ ክፍል ትምህርት በ1980 ዓ.ም ጀመርኩ። በወቅቱ አባቴ የህብረት ሱቅ ዘበኛ ነበረ። እኔ አንደኛ ክፍል እንደጀመርኩ አባቴም በዘበኝነት ተቀጥሮ ሴፉ ትምህርትቤት ስራ ጀመረ። በዛን ወቅት የአባቴ የወር ደሞዙ 60 ብር እንደነበረ ትዝ ይለኛል፤ በ60 ብር የስምንት ቤተሰብ አባላትን የወር ቀለብ ይሸፍናል። አንደኛ ክፍል ለመመዘገብ እድሜው አልደረሰም ተብዬ በልመና ነው የተቀበሉኝ። ለምዝገባ ስሜድ ከ15 ቀን በፊት ተገርዤ ቁስሉ ስላልዳን ትምህርት ቤት የሄድኩት ሸርጥ አሽርጬ ነበረ ። የሚገርመው ደፋሩ አባቴ የወንድ ልጅ ግርዛት ለመጀመሪያ ጊዜ የጀመረው እኑ ልጁን በመገረዝ ነበረ። አልተሳሳተም እንጂ ቢሳሳት ሊደርስ የሚችለው መዘዝ ብዙ ነው፤ የሚገርመው አልተሳሳተም፤ ብዙ ቢያሳምመኝም ቆንጆ አድርጎ ነው የገረዘኝ፤ የግርዘቱ ህመም ኡኡ ነው ያስባለኝ፤ የሰፈራችን ቤት ልጆች ጬምር መጥተው እየተገረዝኩ ለማየት ቸለዋል።

ሌላው የሚገርመው ነገር ገርዞኝ እንደጨረሰ የእጅ ባትሪ ድንጋይ የውስጡ ጥቁር ዱቄት ቁስሌ ላይ ተደረገልኝ፤ የበለጠ ተቃጠልኩ...ኡኡኡ አልኩ....ከዛ በግ ታረደልኝ... ከኔ ቀጥሎ ወንድሜ ታዬ ነበረ የተገረዘው። እሱ ግን የኔን ያህን አልጮኸህም፤ ከዛን ጊዜ ጀምሮ አባቴ የተዋጣለት የባህል ሀኪም ሆነ። በየቤቱ ተጠርቶ የወንድ ልጆችን ይገርዛል፤ እንጥል ይቆርጣል፤ ቡዳና ሰይጣን ያስለቅቃል፤ የምች መድሀኒት ይቀምማል፤ የእግር ወይም የእጅ ውልቃት ያክማል ወዘተ ። የአባቴ የቀልድ ስም ዶክተር ረታ አለማየሁ ነበረ። እውነትም የከተማው የጤና ባለሙያዎች ሳይቀሩ ልጆቻቸውን እንጥል ለማስቆረጥ እኛ ቤት ይመጡ ነበረ፤ አባቴ ነበዝ አልሞ ተኳሸም ነበረ። ለፋሲካ፤ ለአዲስ አመትና ለመስቀል በአላት አባታችን በምንሸፉ ከአባስ ጬካ ውስጥ  ትልልቅ ድኩላ አድኖ ያመጣልን ነበረ፤ ምንሸርና ዲሞፍተር አባቴ ለአደን የሚተማመንባቸው መሳሪያዎቹ ነበሩ፤ ከላሽ ደካማ ናት ይላል፤ ለአንድ እንሰሳ አንድ ጥይት ብቻ ነው የሚተኩሰው፤ ጥይት

ውድ ስለሆነ ዝም ብሎ መተኮስ የለም፤ ስለሆነም በአደን ወቅት ለሚዳቆ ጥይቴን አሳባክንም ብሎ እንደሚተውም ነግሮኛል፤ አባቴ የልብስ ስፌት ባለሙያም ነው፤ አዳዲስ ልብሶችንም ይተኩሳል፤ እንዲሁም ገበሬም ነው፤ በአጭሩ ሁለገብ የሆነ ሳይማር ብዙ ስራ መስራት የቻለ ጀግና ነው::

እናቴም በሴትነቷ እንኳን የማይወጣላት ጀግና ነበረች፤ ታታሪነትዋና ቁጡነትዋ ሁሌም ይገርመኛል፤ ቁጣን በተመለከተ ከአባቴ ተቃራኒ ናት፤ እሱ ቁጣ የሚባል ነገር የለበትም፤ እስዋ ከተቆጣች የሚያቆማት አልነበረም፤ እናትዋም አያታችንም እጅግ ታታሪና ቁጡ ነበሩ፤ እረኛ ሆኜ በጎቹ ነጮቤት የሰው አትክልት ሲበሉና አትክልት የተበላባቸው ነጮቤቶች መጥተው ከተናገሩ ጉዴ ይፈላ ነበረ፤ ሁለት አርጩሜ ነው የሚያልቅብኝ፤ እየተገረፍኩም ጮጬ ማለትም ግድ ነው፤ ትንፍሽ ካልኩ ተጨማሪ አርጩሜዎች ስለመጠብቁኝ እየተገረፍኩ ዝም ማለት ነበረብኝ::

አንደኛ ክፍል ስማር አመቱን ሙሉ ስሜን መፃፍ የቻልኩ አይመስለኝም:: ቢሆንም 17ኛ ደረጃ ወጣሁ፤ደስ የሚሉኝ የትምህርት ክፍለጊዜያት ሙዚቃና እስፖርት ነበሩ:: በአንድ ክፍል እስከ 70 ተማዎች እንማር ነበር፤ ሴፉ ትምህርት ቤት ከመኪና ቸርኬ የተሰራ ትልቅ ደወል ብረት ነበረ፤ ደወሉን ለመደወል ቀደም ብለን ሄደን መደወያው ይዘን እንጠብቅ ነበረ፤ ደውሉ ሲባል እንደውላን፤ ሌላው የማይረሳኝ የአንደኛ ክፍል ትምህርት ትዝታ፤ የሂሳብ መምህራችን አንድ ተማሪ የቤት ስራ ሳይሰራ ስለመጣ 40 ጊዜ መቀመጫውን ላይ ገርፎት ነበረ:: በወቅቱ የክፍል አለቃችን ነሳዬ ደሳለኝ ነበረ:: አንደኛ ክፍ የአማርኛ መምህራችን የተለመደ ስድቡ /አበያ/ የሚል ነበረ:: ሁለተኛ ክፍል በ8ኛ ደረጃ ጨረስኩ:: ቀስ በቀስ ለትምህር ትኩረት እየሰጠሁ መጣሁ:: በመሆኑም ሶስተኛ ክፍል ስገባ 4ኛ ሆኜ ጨረስኩ:: አራተኛ ክፍል ስገባ አመቱን ሁለተኛ ሆኜ ጨረስኩ፤ አምስተኛ ክፍል ስገባ አባቴ ለስራው የሚመጥን በቂ ትምህርት የለውም በሚል ከዘበኝቱ ስራ

ተባረረ፤ ስለሆነም ለእርሻ የሚሆን መሬት ፍለጋ ጥቅጥቅ ደን በዲ መደርሽ ገበሬ ማህበር ጨሌ የምትባል ቦታ ተመርቶ መሬቱን መንጥረን እርሻ መጀመር እንዳለብን አሳምኖኝ፤ ትምህርት ማቋረጥ እንዳለብኝ ተስማማን። እግዚአብሄር ነብሱን ይማረውና የልጅነት ወዳጄ ተረፈ ጆሮ ትምህርት እንዳላቋርጥ ብዙ ለምኖኝ ነበር። ነገር ግን አባቴ እንዳቋርጥ መከሮኝ ስለነበረ የተረፈን ምክር አልሰማ አልኩኝ። አባቴም መሬቱን ከጎሮቤታችን ከአቶ አስፋው ጋር ተመርተው የደን ምንጣሮው ስራ ተጀመረ። እኔም አብሬ ደን መመንጠሬን ጀመርኩ። የድኩላ፤ የሚዳቆ፤ የጅብ፤ የአሳማ፤ የነበር፤ የጦጣና የዝንጀሮ ወዘተ የዱር እንስሳት ቤት የነበረውን ጥቅጥቅ ደን ጨፈጨፍነው። የደረቀውን እሳት ለቀቅንበት፤ በ6ወር ጊዜ ውስጥ ጫካውን ድራሹን አጠፋነው። መሬቱም ታርሶ በቆሎ፤ ገብስ፤ ስንዴ፤ ሽንብራ፤ በርበሬ፤ አጃና ዘንጋዳ ተዘራ። በእርሻ መሬታችን ውስጥ በየጊዜው እባብ ያጋጥመን ነበረ፤ እባ ሰላቢ ነው፤ የሰይጣን ምልክት ነው ስለሚባል እንደምንም ፈልገን እንገድላቸው ነበረ፤ ለከብቶቻችንም ግጦሽ እንደልብ ሆነ፤ እኔም ከትምህርት እየራቅኩ ሄድኩ። ለሁለት አመት ከትምህርት መራቅ ግድ ነበረ፤ በሁለተኛው አመት መጨረሻ ወደትምህርት ተመለስኩ፤ ስመለስ የመማሪያ ቋንቋ ከአማርኛ ወደ አሮምኛ ተቀይሮ ነበረ።

ልጅ ሳለሁ እናቴ ስለጎጇ ባህልና ስለአንዲት ልጅ የትዳር ሁኔታ ተረት ነግራኝ ነበረ፤ ተረቱ በአጭሩ እንዲህ ነው፤ አንዲት ቆንጆ ልጅ ሰባተኛ ከፍል ትማር ነበረ፤ የመማር ፍላጎትዋ እጅግ ከፍተኛ ነበረ፤ ቢሆንም ከእለታት አንድ ቀን አባትና እናትዋ ድምፃቸውን ዝቅ አድርገው ደብዳቤ ያነባሉ፤ ደብዳቤው የጋብቻ ጥያቄ ነበረ፤ በማግስቱ ጠዋት አንድ የጎረቤታቸው የሀገር ሽማግሌ መጥተው ስለደብዳቤው ሀሳብ ያወያያሉ። ሽማግሌው ለልጅት ወላጆች እንዲህ ሲሉ ተናገሩ «ስሙኝ አቶ አሸናፌና ወይዘሮ አባይነሽ፤ ትዳር የተባረከ ነው፤ በዘሬ ጊዜ ለትዳር መጠየቅ መታደል ነው። ሴት ልጅ ማሳደግ ፈተና ነው፤ በአሁን ጊዜ ሴት ልጆች

በብዛት በእናትና በአባቱ ቤት መውለድ እየተለመደ መጣ። ቤት ልጅ ሳትዳር ወላጆቻዋ ቤት ስትወልድ ታላቅ ውርደት ነው፤ የናንት ልጅ ደግሞ እድለኛ ናት። ለትዳር ያጫት ልጅ የተማረ ነው፤ ልጃቸሁ የሰው አይን ገብታለች። ስለዚህ ይህንን እድል አታሳለፉ። እግዚአብሄር የተባረክ ትዳር ያድርግላችሁ፤ በማለት ሸማግሌው ራሳቸው ወስነው ሄዱ፤ ልጅትም ለትዳር እንድትሰጥ ተወሰነ። ቢሆንም ልጅት ስለትዳሩ ስትሰማ አንድ ምሽት እጅግ አምርራ አለቀሰች። ልጅት ፈቃደኛ ባትሆንም በቤተሰብና በሸማግሌዎች ውሳኔ ጋብቻው ፀደቀ፤ የሰማኒያ ቃል ማሰሪያ ቀን ተወሰነ፤ ሰማኒያ ታሰረ። ቀጥሎም ከሁለት ወር በኋላ ሊያገባ ያጫት ሰው ከሌላ ሀገር ቤት ሁለት ልጆች ወልዶል ተባለ፤ በቤታቸው ታላቅ ሀዘን ሆነ፤ ወላጆቹ በፍጹም ለዚህ ሰው ልጃችንን አንድርም ሲሉ ዛቱ፤ ሸማግሌዎች የሰርግ ቀን ለመወሰን ሲመጡ፤የልጅት ወላጆች በፍቁም ትዳሩ ይሰረዝ ሲሉ ተናገሩ፤ ሰውየው ደግሞ የሰማኒያ ሚስቴን እምቢ ተባልኩ ሲል መዛት ጀመረ። ለጊዜው ተብሎ ልጅት አከባቢውን ለቃ እንድትሄድ ተደረገ። በየሳምንቱ እሁድ ቀን ሸማግሌዎች ልጅት ወላጆች ዘንድ ይመላለሱ ነበረ፤ ጥያቄያቸው የሰርግ ቀን ይነገረን የሚል ነበረ፤ የልጅት ወላጆች ደግሞ ትዳሩን አንፈልግም፤ ልጁ ሌሎች ልጆች አሉት በማለት እምቢተኝነታቸውን ገለፁ፤ ቢሆንም ሰውየውም በእምቢታው ቀጠለ፤ በመጨረሻ የልጅት ወላጆች ተሸነፉ፤ ሳይወዱ በግዳቸው፤ የውዴታ ግዴታ የሰርግ ቀን ተቆረጠ፤ ልጅትም ትምህርት አቋርጣ ተዳረች፤ ትዳሩም ሊዘልቅ አልቻለም፤ ልጅት ልጅ መውለድ አልቻለችም፤ ጤናዋም ታወከ፤ ትዳሩም ፈረሰ፤ ተለያዩ፤ አሁን ልጅት ነበዝ ክርስቲያን ናት። ተረቱ አለቀ። በጎጂ ባሀል ምክንያት፤ ያለፍላጎት የሚደረግ ጋብቻ መጨረሻው ጥሩ አይሆንም በማለት እናቴ ተረቱን ስትጨርስ እኔም ተረቱን ላለመርሳት በሀሳቤ ማስታወሻ አኖርኩት።

ወደትምህርት ለመመለስ ስወስን ለአባቴ አላማከረኩትም ነበረ፤ ምክንያቱም ፈቃደኛ ስለማይሆን፤ በዛን ክረምት ወቅት የእርሻ መሬታችን አከባቢ ሀሽም

የሚባል አርሶአደር ጋር የደረቀ በቆሎ ምርት መሰብሰብ የጉልበት ስራ ሰርቼ ለጉልበቴ ክፍያ 50 ኪሎ ግራም አከባቢ የሚሆን በቆሎ ተከፍሎኝ ነበር፨ ያቺን በቆሎ ሸጬ ደብተር ገዛሁ፤ አዲስ ልብስም ገዛሁ፨ ወደ ትምህርት ስመለስ የመማሪያ ቋንቋ ከአማርኛ ወደ ኦሮምኛ ለውጦ ተደርጎ ነበረ፤ ኦሮምኛ የአፍ መፍቻ ቋንቋዬ ቢሆንም ላቲን ፊሁፍ ግን አልቻልም ነበር፨ ወደትምህርት ስመለስ ተማሪዎቹ በኦሮምኛ አቀላጠፈው ይፅፋሉ፨ ለእኔ ግን ከበደኝ፤ ቢሆንም የቋንቋው ተናጋሪነቴን ተጠቅሜ በ4 ወር ጊዜ ውስጥ ኦሮምኛ ማንበብና መፃፍ ጀመርኩ፨ ቋንቋውንም ለምጄ አምስተኛ ክፍል በደረጃ ጨረስኩ፤ ስድስተኛ ክፍል ስገባ በጣም ታምሜ ነበረ፤ ሀመሜም **ልከፍት** ነው ተብሎ በባህላዊ መንገድ ፈውስ ሊደረግንልኝ ብዙ ተሞከረ፤ ሆኖም መፈወስ አልቻልኩም ነበረ፤ በሞትና በህይወት መካከል ሆንኩ፤ ለ5 ቀናት ያህል መናገር አልቻልም ነበረ፤ ከባህላዊው ህክምና ቦታም ሊሞት ስለሆን ወደቤት ውሰዱት ተባለ፤ ቤተሰባችን ውስጥ ሞቴን መጠባበቅ ተጀመረ፤ በሚገርም ሁኔታ ከሳምንት በኋላ መናገር ጀመርኩ፤ አከባቢው ሁሉ ጉድ አለ፤ ይሞታል ተብሎ የነበረው ልጅ ሊድን ነው በሚል የሰፈሩ ሰው ሁሉ መጦቶ ያየኝ ነበረ፤ ወደ የእግዚአብሔር ታሪክ ተባለ፤ እኔም ከዛን ጊዜ ጀምሮ ባህላዊ ህክምናና ባህላዊ አምልኮን ለአንዴና ለመጨረሻ ጊዜ ከህሊናዬ አወጣሁ፤ በተለይ ልከፍት ተብሎ ሀመም ውሸት መሆኑን ተረዳሁ፤ ማህበረሰባችን ምንነቱ የማይታወቅን ሀመም ሁሉ ልከፍት ብሎ ይጠራል፤ ልከፍት ሰው ቢገድል እኔ ስድስተኛ ክፍል ሆኜ ሞቼ ነበረ፤ ልከፍት ውሸት መሆኑን በራሴ አረጋግጫለሁ፤ በየሰፈሩ ልከፍት እናድናለን ብለው ህብረተሰቡን የሚያታልሉት አጭበርባሪዎች ውሸታቸው ሊታወቅ ይገባል፨

የስድስተኛ ክፍልን ሀገር አቀፍ ፈተና በከፍተኛ ውጤት ጨርሼ 7ኛ ክፍል ገባሁ፨ ሰባተኛ ክፍል ትምህርት በእንግሊዘኛ ነበረ፨ የጂኦግራፊ ትምህርት ስለጋላክሲ ስንሸመድድ ትዝ ይለኛል፤ the group of stars is called Galaxy....the solar system is the sun system, made of the sun, the nine known planets, their comites, metroels and meteortists ወዘተ::

ከአራተኛ ክፍል ጀምሮ የሊስትሮ ስራም ጀምሬ ነበረ፤ የቤተሰባችን የኢኮኖሚ ደረጃ ዝቅተኛ ስለሆነ ተጨማሪ ገቢ ፈጥረን የደብተርና የእስኪሪብቶ ለማግኘት እኔ ሊስትሮ ታላቅ እህቴ ደግሞ የጨው ንግድ የልጅነት ስራችን ነበረ::የሊስትሮው ስራ ገቢ ቆንጆ ነበረ:: የአከባቢውን አርሶ አደር ጫማ ስፍተን፤ አሳምረን፤ ጥሩ ገቢ እናገኝ ነበረ፤ አልፎ አልፎም ሁለት ብር የተስማማነውን ስራ ሁለት ብር የአንድ እግር ዋጋ ነው ብለን እጥፍ እያስከፈልን፤ ያገለገለ የጽሁፍ ካርቦን እየቀባን የጫማ ማሳመሪያ ኬሚካል ተጠቅሜያለሁ እያልን፤ ለፍተንም፣ አጭበርብረንም፣ በአንድ ገበያ ጥሩ ገንዘብ እናገኝ ነበረ፤ ቢሆንም ያገኘነውን ገንዘብ መልሰን እናጠፋዋለን:: የሊስትሮው ስራ ለትምህርቴም አደጋ ነበረ:: ሴፉ ከተማ የገበያ ቀን ቅዳሜና ማክሰኞ ነው፤ ማክሰኞ ከትምህርት ይልቅ ቅድሚያ ለሊስትሮ ገበያ እሰጥ ነበረ:: ያ ወቅት እጅግ አደገኛ ነበረ::

ሰባተኛ ክፍል እየተማርኩ ውጤቴ ቆንጆ ነበረ:: ስለሆነም ከጂአግራፊ መምህራችን ከመምህር ንጉሴ ፋንቴ ጋር ተግባባን:: ፈተናዎቹን ሁሉ እደፍን ስለነበረ በጣም ያበረታታኝ ነበረ:: እቤቴ ድረስ ጠርቶ ይመክረኝ ነበረ፤ ነበዝ ተማሪ ሆነህ ለምን ዱርዬነት ታዘወትራለህ፤ አንተ ትምህርትከን በርትተህ ከተከታተልክ ጥሩ ቦታ ትደርሳለህ እያለ ይመክረኝ ጀመረ፤ ከዛን ጊዜ ጀምሮ ስለወደፊት ህይወቴ በጥልቀት ማሰብ ጀመርኩ:: መምህራን ለተማሪያቻቸው ከወላጅ በላይ ተሰሚነት ያላቸው ስለሆነ ትውልድን የተሻለ ለማድረግ ያላቸው ሚና ከፍተኛ መሆኑን ከራሴ ህይወት አይቻለሁ::

ከአለታ አንድ ቀን ነዮቤታችን አንዲት ልጅ ከባዲ ተጣልታ መጥታ ነበረ:: ባልየውም ሚስቴ ዘርፋኝ ስለሄደች ትታሰርልኝ ብሎ ፖሊሶች ይዘ መጣና፤

ፖሊሶቹም እቃ ዘርፈሽ ሄደሻል በሚል ልጅትዋንና አባትዋን እስር ቤት ወስደው ሁለት ቀን ካሳደሩዋቸው በኋላ በዋስ ተለቀቁ። ይህ በሴቱ የሆነ እውነተኛ ታሪክ ነው! ሚስት ቤትዋን ዘረፈች ተብላ ስትታሰር! ባልየው ለፖሊሶች ጉቦ ስጥቶ ነው ያሳሰራት እየተባለም ይነገር ነበረ።

በልጅነቴ ካሳለፍኩት ታሪኮች አንዱ የባህላዊ አምልኮ ትዝታ ነው፤ በልጅነቴ ድሬ ሼሁሴን ሄጄ እናቶች ውቃቢ ሲነሳባቸው በእሳት የተያያዘ የከሰል ፍም ሲልሱ በአይኔ አይቻለሁ፤ እንዲሁም የሚነድ እሳት ውስጥ ሲቆሙ አይቻለሁ፤ በተለየ ቋንቋም ሲነጋገሩ ሰምቻለሁ። ያ ሁሉ እንዴት ሊሆን ቻለ? እሳቱ እንዴትስ አያቃጥላቸውም? ማጄክ ነገር እየሰሩ ነው እንዳልል እናቶቹ ያንን ያህል የተማሩ አልነበሩም፤ የሚናገሩትስ ቋንቋ ምንድን ነው? ለነኄህ ጥያቄዎች ዛሬም ድረስ መልስ አላገኘሁም።

ከራሴ የልጅነት ህይወት ከማስታውሰው፤ ወላጆቼ እኔን የሚስሉበት ማንነትና እኔ ከሌሎች ልጆች ጋር ስውል የማደርጋቸው ነገሮች በጣም የተራራቁ መሆናቸውን ነው፤ ለምሳሌ ገና የስስተኛ ክፍል ተማሪ በነበርኩበት ወቅት ህይወቴን ሊያጠፉ የሚችል ድርጊት ከሌሎች ልጆች ጋር ሆነን እናደርግ ነበረ፤ ለምሳሌ መራር በሚባለው ሰፈር ሄደን 15 ሳንቲም ለሶስት ሰው ከፍለን ያደረግነውን ድርጊት መቼም አልረሳውም። ወላጆች የልጆቻቸውን ድርጊትና የየቀን ውሎአቸውን መከታተል እንዳለባቸው ልብ ማለት ያስፈልጋል፤ ያቺ አጋጣሚ የሶስታችንንም ህይወት የዘላለም ፀፀት ታደርገው ነበረ። ከእለታት አንድ ቀን ተደብቄ፤ አባቴ ዘበኝነት ሲሰራ ይጠቀምበት የነበረውን ዲሞፍተር ጠመንጃ መከፈትና መዝጋት ስለማምድ ጥይት ውስጡ ስለነበረ ወደሰዎች ቤት ተተኩሶብኝ ነበረ፤ በተመሳሳይ አጋጣሚ እዛው ሴፉ አካባቢ አንድ ልጅ እናቱን ገድሎ የወንድሙን እግሮች የቆረጠበትን አሳዛኝ አጋጣሚም አስታውሳለሁ። ልጆች አዋቂ የሚሰራውን ሁሉ

መስራት ይፈልጋሉ፤ መድህኒትም ልጆች ከማይደርሱበት ቦታ መቀመጥ ያለበትም ለዚሁ ነው::

በትምህርት ቤት ከነበረኝ ቆይታ በአርሲ ሴሩ ትምህርት ቤት የነበረኝን ትዝታዎች በሙሉ ለመዘርዘር ቢራሱ አንድ መፅሀፍ የሚበቃው አይመስለኝም:: እኔ ከ1-8ኛ ክፍሎች ስማር አድለኛ ነበርኝ ማለት እችላለሁ:: ምክንቱም በወቅቱ የነበሩን መምህራን በሙሉ የየራሳቸው የሆነ ቆንጆ ነገሮች ነበራቸው:: አርሲ ሴሩ በአርሲ ዞን ካሉት ከተሞች ቀደምት ከሚባሉት የመጀመሪያዋ ሳትሆን አትቀርም:: ከተማዋ የአርሲ ዞን የጠረፍ ከተማ ናት፤ ነገር ግን ብዙዎቹ መምህራን ሴሩ ከተማ ከደረሱ በኋላ በከተማው ካላሰቡት ጊዜ በላይ እንደሚቆዩ ይናገሩ ነበረ:: አንዱን መምህር ከሌሎቹ ማስበለጥ እንዳይሆንብኝና ከትግራይ መጥቶ ሴሩ ትምህርትቤት ይሰራ የነበረውን መምህር መንግስቱ ገብረህይወትን እንደምሳሌ መጥቀስ እችላለሁ:: መምህር መንግስቱ የተፈጥሮ ሳይንስ በተለይ የባዮሎጂ ትምህርትን ጥሩ መሰረት አስጨብጦናል:: መንግስቱ የተውልድ ስፍራው ሩቅ ቢሆንም ከአከባቢው ህዝብ ጋር በመስማማት፤ በከተማው ህዝብ ዘንድ ልዩ ፍቅርና አክብሮት የነበረው ታላቅ መምህር ነው:: በተጨማሪ ሴሩ ትምህርት ቤት ያስተማሩኝ መምህር ንጉሴ ፋንቴ፤ ገርማሞ ጋኖ፤ ደምሴ በለው፤ ጀማል ባዲ፤ አስራት ጌታቸው /ነብሱን ይማረው/፤ ከትነሽ ከበደ፤ ካሳሁን እጅጉ፤ ወርቅነህ ጂዳ፤ ቃዲ ሳኒ፤ ሀጂ ዋዶ፤ ማንያዘዋል ሸጋው፤ ዳምጠው እንግዳወርቅ፤ ሙሉጌታ ከበደ፤ ነብሱን ይማረውና አይቲ ከተማ፤ ዝማርኔ፤ መምህርት ጎጃም፤ ግርማ በጇጋ፤ ሰለሞን፤ ወዘተ ስማቸው ያልተጠቀሰውንም ጨምሮ ለሁሉም ሴሩ ትምህርትቤት ለነበሩት መምህራን ሁሉ ላቅ ያለ ምስጋናዬን ላቀርብ እወዳለሁ::

በልጅነቴ በሴሩ ከተማ ዙሪያ ያሉትን ብዙ ቦታዎች ሄጃለሁ፤ ለምሳሌ ቄልቁል ለመልቀም ነቤሳ፤ሂኢስ፤ ጨሌ ፤ ጎልባ ድረስ ሄደናል:: እንዲሁም ከአረብ ልጅ፤

ከቃንቁ፤ ሞዶሌ፤ ከመራሮ፤ መደርሾ፤ኅልባ፤ ሀዲዶ፤ ዲሬዛራ፤ ሊሎ፤ ሙሪ፤ ሀሊላ፤ ተፋለጣ፤ ሀዶቻ፤ መሪቃ፤ ማዘዛ፤ ጁዳ፤ በሌ፤ አስካልቱ፤ ጠቄ፤ አዴሌ፤ ፈጀፈጀ፤ ጠቄ፤ ሀቤ፤ አዮባ፤ ሮቤ፤ ሀሊላ፤ ቡላላ፤ ዲክሲስ፤ ሲሬ፤ ሁሩታ፤ ኢተያ፤ ዶራ፤ አዋሽ፤ አዳማ፤ መተሃራ፤ ሻገር፤ እነኚህን ቦታዎች በመዘዋወር ብዙ ትዝታዎች ነበረኝ፡፡

እንዲሁም ጬሌ እርሻ እያረስን ከድንጋይ ስር ይወጣ የነበረው እባብ፤ በቆሎ የሚጬርሱብን ዝንጀሮዎች፤ ክርክሮ፤ ጦጣ፤ ወፎች፤ አረም፤ ነቀዝ፤ ዝናብ፤ አይጥ ወዘተ ትዝታዎቹ ናቸው፡፡ ጬሌ በመባል በሚታወቀው የእርሻ ቦታችን እጅግ ብዙ ትዝታዎች አሳለፈያለሁ፤ የመስቀል በአል ጬሌ ከነበሩ ጎርቤቶቻችን ደመቅ ባለ ሁኔታ ይከበር ነበረ፡፡ Goobeen dhuftee yaa dureesa koo jabileen oofaa kara naaf bani. Sibadhaasuun dhufe yaa duresakoo, si badhaasuun dhufe yaa dureeesakoo... እየተባለ የሚዘፈነው የእረኞች ዘፈን፤ እንዲሁም ፎሌ ሲባል የነበረው ጬፌራ፤ ለቡሄ፤ በጥምቀት የነበረው ደስታ ገደብ የለውም፡፡ ከሴሩ አፋፍ ወደሀረርጌ ያለው የአቡልቃሲም ዳገትም ትዝታዬና የአከባቢው ቆላማ ክፍል ለአይን ማራኪ አቀማመጥ ነው ያለው፡፡

ሴሩ ከሰባተኛ ክፍል ወደ ስምንተኛ ክፍል ስንዘዋወር፤ የስምንተኛ ክፍል ሀገር አቀፍ ፈተናና ሴሩ ከተማ ከ9-12 ትምህርት ቤት ስላነበረ፤ ለዘጠነኛ ክፍል ከሴሩ ወደሌላ ከተማ የመሄዱ ጉዳይ ትልቅ ሀሳባችን ነበረ፡፡ ለእኔ ትልቁ ሀሳብ እስከ ስምንት እየሰራሁ ገቢ የማገኝበት የነበረውን የሊስትሮ ስራ ወደዘጠነኛ ክፍል ስዘዋወር እንዴት መስራት እንደምችል ነበረ፡፡ ቀድሞ ዘጠነኛ እየተማሩ ካሉት ተማሪዎች እንደሰማነው ዘጠነኛ ክፍል ትምህርቱ ይከብዳል፤ በተለይ ሂሳብና ፊዚክስ ከባድ ትምህርቶች መሆናቸውን ዝናቸውን ስምቻለሁ፤ ስለሆነም በደንብ ማንበብ እንደሚገባ ሰማሁ፤ ስለሆነም ቀድም ብዬ ገንዘብ መቆጠብ እንዳለብኝም

ተረዳሁ፤ ምክንያቱም የእኔ ወላጆች የገንዘብ ችግር እንዳለባቸው ስለማውቅ ከሊስትሮው ስራ የሚገኘውን ገቢ ለዘጠነኛ ክፍል ትምህርት እንዲጠቅመኝ መቆጠብ ነበረብኝ።

ለዚህም ሲባል አንድ ትንሽዬ የገንዘብ ማስቀመጫ ሳጥን/ባኮኒ/ ገዝሁኝ፤ ባኮኒውን ሁሌም ለማመስገነው ግርማ አባተ ሱቅ አስቀመጥኩኝ። ከዛ በየቀኑ ከማገኘው ገቢ 50 ፐርስንቱን ገንዘብ ዘርዝሬ ማጠራቀም ጀመርኩ። በየቀኑ ገንዘብ ለመቆጠብ ወደግርማ ሱቅ ስሄድ እሱም በጣም ያበረታታኝ ነበረ። የስምንተኛ ክፍል ፈተናን 99.9 ከመቶ አምጥቼ ወደዘጠነኛ ክፍል አለፍኩ። ውጤት ከመምጣቱ ቀደም ብሎ በእናቴና በአባቴ መካከል የተፈጠረው አለመግባባት ከፍተኛ ደረጃ በመድረሱ እናታችን የመጨረሻ እህታችንን ይዛ ከቤት ተሰወረች። ወዴት እንደሄደች ማንም ሊነግረን አልቻለም። በቤታችን ታላቅ ሀዘን ሆነ፤ እናቶች ለልጆቻቸውና ለቤታቸው ምን ያህል አስፈላጊ እንደሆኑ የተረዳሁት በዛ አጋጣሚ ነው። ቤታችን እጁን ቀዘቀዘ፤ በጭቅጭቃቸው መስላቴ ቆጨኝ፤ እናቴ በተደጋጋሚ ወደቤት እንድመጣ ትለምነኝ ነበረ፤ እኔ ግን አንደኛ ስራ ላለመታዘዝ፤ ሁለተኛ የሁለቱ ጥል ስለነበረ፤ ሶስተኛ ለሊስትሮው ስራ ሲባል ልመናዋን ችላ ብዬ ነበረ። እስዋ ስለሌለች ከዘጠነኛ ክፍል ስንቅ ማን ያዘጋጅልኝ? ምግብ ማን ይስራልኝ? ላሞቼን ማን ይለባቸው? አባታችን የሚያደርገውን አጣ፤ ሄዶ እንዳይፈልጋት የት እንዳለች አናውቅም፤ አባታችን እናታችንን ስላስቀየማት እንደተፀፀተ ከፊቱ ላይ ይታይ ነበረ። እናታችን በሌለች ጊዜ የቤተሰቡ ሀላፊነት በታናሽ እህታችን በአበበች ላይ ሆነ፤ አበበች ምግብ ታበስልልን ጀመረች፤ ለመታጠብ ጊዜ ስለሌላት ልብሶችዋ ቆሽሹ፤ ፀጉርዋ ቀጨመ፤ እጆችዋ በብርድ ተሰነጣጠቁ፤ ከባድ ችግር። ለመለያየት ያደረሳቸውን የጭቅጭቅ ሀሳብ ቀለል አድርገውት ቢሆን ያ ሁሉ ባልደረሰ፤ በእነሱ ስህተት እኛ ተቀጣን።

የእናታችንን አለመኖር በመረዳት፤ ቁርጤን አውቄ፤ ለዘጠነኛ ክፍል ትምህርት የሚሆነኝ ስንቅ ማዘጋጀት ጀመርኩ:: ከእለታት አንድ ቀን ስንዴው ተገዝቶ ተፈተገ፤ ስንዴውን ለመፈተግ ስወቅጥ የእጆቼ መዳፍ ተላላጡ፤ ከዛ ስንዴውን ፀሀይ ላይ አስጥቼ ወደሊስትሮ ስራዬ ሄድኩ:: ከቀኑ ወደ10 ሰአት አከባቢ ከባድ ዝናብ ዘነበ፤ ስንዴውን ማስጣቴን ረስቼው ነበረ፤ ትዝ ሲለኝ ለካ ስንቄን ውጪ አስጥቼ ረስቼዋለሁ፤ ሮጬ ቤት ስደርስ ዝናቡ እህሉን ጥርግ አድርጎ ይዞት ሄዷል፤ በዝናቡ ውስጥ ሮጬ ስደርስ የቀረችው 5 ኪሎ አትሆንም፤ አለቀስኩ:: በማግስቱ የበሶውን እህል ማዘጋጀት ጀመርኩ፤ ገበስ እየቆላሁ ለካ ምጣዱ ስር እሳት በዝቶ ነበረ፤ ገብሱ ተቃጥሎ መጬስ ሲጀምር የእሳቱ ነበልባል ከታች ወደእህሉ አለፈ፤ ገብሱ መንደድ ጀመረ፤ ውህ በጄሪካን አፈሰስኩበት፤ የበሶው እህል ኬኔቶ መሳይ ውህ ሞላው፤ ይህ ሲሆን በአጋጣሚ ያየችው ጎሮቤታችን የግርማ እናት ተቀብላ በሶውን ቆላችልኝ፤ እንደምንም ሆኖ ስንቁ ተዘጋጀ::

ለዘጠነኛ ክፍል ትምህርት ዝግጁት፤ የገንዘብ ሳጥኑን የመሙላቴን ስራ ክረምቱንም አጠናክሬ ቀጠልኩ፤ ዘጠነኛ ክፍል ለመማር ወደአርሲ ሮቤ ለመሄድ ስዘጋጅ ሳጥኑን ከፈትኩት:: የተጠራቀመው ገንዘብ ግርማ ሱቅ ተከፈተ፤ 650 ብር አከባቢ ሆነልኝ:: በሰአቱ ለሚያስፈልገኝ ወጪ ከበቂ በላይ ነበረ::

የስምንተኛ ክፍል ውጤት እንደመጣ ለምዝገባ አርሲ ሮቤ መሄድ ፈለግን፤ ቢሆንም ሴሩ ከተማ ትራንስፖርት የሚገኘው በሳምንት አንድ ቀን ብቻ ነበረ:: አንድ ሳምንት ከጠበቅን ምዝገባ ሊያልፈን ሆነ፤ እኔና ወዳጆ በላይ ካሱ በእግራችን ለመሄድ ቆርጠን ተነሳን:: ከሴሩ ሮቤ ድረስ ያለው መንገድ ርቀት 75ኪሎ ሜትር ነው:: ሌሊት ዶሮ ሲጮኸህ ጉዞ ተጀመረ::

ከሴፉ፣ እኔ ከአባስ በላይ ደግሞ ከኤጀርሳ መጀመሪያ ወደ ኤላ፣ ቀጥሎ ወደ ሙሪ፣ ቀጥሎ ዲዲሚና፣ ቀርሎ ደዋሌ፣ ቀጥሎ ተፋለጣ፣ ቀጥሎ ጀዳ ሆጃዱሬ፣ ቀጥሎ ሀዶቻ፣ አስካልቱ፣ ጎበርባር፣ በሌ፣ አዴሌ ድረስ 42 ኪሎ ሜትር በእግራችን ገሰገስን፣ የትምህርት መረጃችንንና ሮቤ ከተማ ከባድ ዱርዬዎች አሉ ስለሚባል ቆንጃ ቆንጃ ዱላ ይዘን ነበረ፡፡ አዴሌ ከ9-12 ትምህርትቤት አለ፡፡ እኛ ግን የተሻለ ትምህርት ቤት ፍለጋ ወደሮቤ ዲደአ ነው ያቀድነው፡፡ ከቀኑ ምሳ ሰአት አከባቢ አዴሌ ስንደርስ ድከም ብሎን ነበረ፣ እንደ እድል ሆኖ ወደሮቤ የሚሄድ አንድ የጭነት መኪና  መጣልን፡፡ እንደምንም ለምነን አስቆምነው፣ ከሴፉ ድረስ በእግራችን መጣን ስንለው ሾፌሩ አዘነልን፣ ከዛም በጭነቱ መኪና ሮቤ ገባን፡፡

አርሲ ሮቤ ስንደርስ ከሴፉ ልጆች በስነ-ምግባሩና በትምህርት ችሎታው ግንባር ቀደም ተጠቃሽ የሆነው ወንድማችን መስፍን ስሜ መኪና ተራ ጠበቀንና ተቀበለን፡፡ ዱላችሁ ለምን አስፈለገ ሲለን  ሮቤ ሌቦች አሉ ስለተባልን ለመከላከያ ነው ስንለው ሳቀብን፡፡ ሌባ ለመከላከል ዱላ ከሴፉ ይዘን መምጣታችን ገርሞት ነው፣ ወይ የገጠር ልጅ ነገር፣ ወደከተማ ሲሄድ እዘረፋለሁ የሚለው ስጋት ሁሌም አለ፡፡ የሴፉ ነጋዴዎች አዲስ አበባ ሲሄዱ አልፎ አልፎ ይዘረፉ እንደነበረም ሰምተናል፡፡ እኛ ለዘጠነኛ ከፍል ምዝገባ ስንሄድ መስፍን የ10ኛ ከፍል ትምህርት ጀምሮ ነበረ፡፡ መስፍን ይኖር የነበረው ሮቤ ግብርና ቢሮ አከባቢ የአሜሪካን ግቢ በሚል ቅፅል ስም ይታወቅ በነበረ ግቢ ከወንድማችን ጌታቸው ተፈሪ ጋር ነበረ፣ ጌታቸው ተፈሪም በጉብዝናው ታዋቂ ወንድማችን ነበረ፣ እኔና በላይ ካሉ ስለተፈሪናና መስፍን ጉብዝናና የጥናት ባህል ብዙ ጊዜ ተወያይተናል፣ እንደነሱ ለማጥናትም ተስማምተናል፡፡ መስፍን ቤት ስንደርስ በቤቱ የውስጥ ውበት ተደመምኩ፡፡ ትንሽዬ አንድ ከፍል ቤት ናት፣ የማንበቢያ ጠረጴዛና አንድ አልጋ እንዲሁም የደብተር ማስቀመጫ ካርቶኒዎችና መሶብ እንዲሁም ቡታጋዝ፣ የሻይ ማንቆርቆሪያና የብረት ድስት አለ፣ እቃዎቹን በዝርዝር ማወቅ የነበረብኝ ለእኔ ምን

ያስፈልገኛል? ዋጋቸውስ ስንት ይሆኑ? ለሚሉት ጥያቄዎች መልስ ለማግኘት ነበረ፡፡ የቤት ኪራዩ በወር 22 ብር አከባቢ ይመስለኛል፤ ውድ ነው፤ በዘን ጊዜ 22 ብር ሙሉ ከየት ይገኛል? በአስር ወር 220 ብር መሆኑ ነው፤ ወዳጄ በላይ ካሱ መስፍን ስሜ ጋር ሊኖር ተስማተዋል፡፡ በላይ እድለኛ ነው አልኩ በልቤ፤ ምክንያቱም 9ኛ ክፍል ልመዘገብ ወደርቤ ስመጣ እኔ የት ልኖር እንደምችል ምንም መልስ ስላልነበረኝ፡፡

እኔ ከ8ኛ ወደ 9ኛ ሳልፍ እናታችን ከቤት አልነበረችም፤ ከአባታችን ተጣልተው ከቤት ጠፍታ ነበረ፤ ርቤ ደርሰን ከመስፍን ጋር ስንወያይ በንግግራችን መሃል የነገረኝን ማመን አልቻልኩም፤ ልብስ ለማጠብ ወደርቤ ወንዝ ሲሄዱ እናቴን ርቢ 02 ቀበሌ እንዳገኛት ነገረኝ! ውስጤ በደስታና በፍርሃት ተሞላ፤ በሰአቱ የተሰማኝን ስሜት መግለፅ ይከብደናል፤ መናገር አቃተኝ፤ በውስጤ አለቀስኩ፡፡

እናታችን ከቤት ከወጣች ከሶስት ወር በኋላ መሆኑ ነው የት እንዳለች የሰማሁት፤ እህታችን ወይንሸትም ናፍቃኝ ነበረ፤ ያኔ ወይንሸት እድሜዋ ሁለት አመት አከባቢ ነበረ፡፡ መስፍን ወዲያውኑ እናቴን ያየበት ቤት እንዲያደርሰኝ ለመንኩት፤ መስፍንም እናቴ ያለችበት ቤት ሊያደርሰኝ ተስማማ፡፡ ተያይዘን ወጣን፤ መንገዱ ረዘመብኝ፤ ደርሰን አንኳኳን፤ አንድ ወጣት ልጅ የግቢውን በር ከፈተንል፡፡ ወደውስጥ ስንገባ እህቴ እየተራራጠች ስትጫወት አየሁዋት፤ እግሬ ተንቀጠቀጠ፤ አይኖቼ በእምባ ተሞሉ፡፡   እናቴም ድምፃችንን ስትሰማ ከኩሽና ብቅ አለች፤ ከመስፍን ጋር ሰላም ከተባባሉ በኋላ እኔና እናቴ ስንተያይ ሁለታችንም ማልቀስ ጀመርን፤ መነጋገር አልቻልንም፡፡ ምንም ሳንነጋገር ለተወሰነ ጊዜ ቆዬ አልን፤ ከየት እንጀምረው? ምን ልበላት? ሰአቱም እየመሽ ስለነበረ በማግስቱ ለመመለስ ቀጠሮ ይዘን አመስግነን ወጣን፡፡ እናቴ ከቤት ስትወጣ አላማዋ አርሲ ርቤ መኖር ፈልጋ እንዳልነበረ ነገረችኝ፤ አላማዋ ወደ ትውልድ ሀገሯ ወደሰላሌ፤ ፈቼ አከባቢ

ለመመለስ ነበረ፡፡ ነገር ግን ከዛ በፊት ሄዳ ስለማታውቅ፤ እንዲሁም በቂ ገንዘብ ይዛ ስላልወጣች ለተወሰነ ጊዜ ሰው ቤት ሰርታ ገንዘብ ለማጠራቀም መሆኑን ሰማሁ፡፡

በማግስቱ ስንመለስ ሁለት አላማ ነበረኝ፤ አንደኛ እናቴ ወደቤት እንድትመለስ ማሳመንና ለትምህርት ቤት ምዝገባ ተያኹ የሚሆነኝ ሰው ማግኘት፡፡ ጠዋት ሄድን፤ እናቴንም በሰፊው አነጋገርኩዋት፤ እህቴንም አጫወትኩ፤ በዘው አጋጣሚ ለትምህርት ቤት ተያኹ የሚሆነኝ ሰው ካለ ጠየቅኩ፡፡ እናቴ የነበረችበት ቤት ባለቤት የግብርና ባለሙያ ስለነበረ ወደመስክ ሄዶ ነበረ፤ በመሆኑም የእሱ የስራ ባልደረባ አቶ በላቸው ተያኹ ሊሆነኝ እንደሚችል ተነገረኝ፡፡ አቶ በላቸው ተጠየቀና ፍቃደኝነቱን ገለፀ፤ በማግስቱ ሊያስመዘግበኝ ተያይዘን ወደ ዲደአ ትምህርት ቤት ሄድን፡፡ እግረ-መንገዱን አቶ በላቸው የትምህርት መረጃዬን ተቀበለኝና አነበበው፤ ውስጡን ሲያይ ውጤቴ በጣም ቆንጆ እንደነበረ ተረዳ፤ አንተን የመሰለ ጎበዝ ልጅ እያላት እናትህ ለምን ከቤት ትወጣለች ሲል ጠየቀኝ፤ እኔ ምንም የማውቀው ነገር እንደሌለ ነገርኩት፡፡

ከአቶ በላቸው ጋር ዲደአ ትምህርት ቤት ስንደርስ የመጫረሻው የምዝገባ ቀን ነበረ፤ ብዙዎቹ መምህራን አቶ በላቸውን ያውቁት ነበረ፤ ልጅ እንደነበረህ አናውቅም ነበር እያሉ ከተቀላለዱ በኋላ አንዱ መምህር የትምህርት መረጃዬን ተቀብሎ ተመለከተው፡፡ ከሴሩ የሚመጡ ተማሪዎችን አንቀበልም ነበረ፤ ነገር ግን ልጁ ውጤት ቆንጆ ስለሆነ እንመዘግበዋለን ብለው መዘገቡኝ፡፡ ጎበዝ ተማሪ መሆን ጠቀሜታው ብዙ መሆኑን በዘ አጋጣሚ ተረዳሁ፤ የዲደአ መምህራንና አቶ በላቸውም በውጤቴ ምክንያት ሊተባበሩኝ ፈቃደኛ ነበሩ፤ ዲደአ በመመዘገቤ ትልቅ ጪንቀት ቀለለልኝ፤ ምክንያቱም የሴሩ ተማሪዎች አይዴሌም የመመዘገብ

እድል ስለነበረን ዲደአ ለመቀበል አንገደድም ብለው ይመልሱኛል የሚል ስጋት ነበረብኝ::

ተመዝግቤ ስመለስ አቶ በላቸው እናቴ ወደትዳርዋ እንድትመለስ እንደሚያሳምናት ቃል ገባልኝ፤ እኔም በጣም ደስ አለኝ:: እናቴንም አነጋግሮ አሳመናት፤ እኔም እጅግ ተደሰትኩ:: አቶ በላቸው ሁሌም የማመሰግነው ታላቅ ባለውለታዬ ነው:: በ1990ዓ.ም አከባቢ ሮቤ ግብርና ቢሮ ይሰራ ነበረ:: /ይህንን ፅሁፍ አንብቦ ምስጋናዬን የሚያደርስልኝ ሰው ቢኖር ደስ ይለኛል/:: ቀስ በቀስ ጭንቀቴ መልስ እያገኘ መጣ፤ ትምህርት ተመዘገብኩ፤ እናቴን አገኘሁ፤ እስዋም ወደቤት ለመመለስና ለሚቀረኝ የትምህት ጊዜ እንደምትረዳኝ ተወያየን::

በዚህ አጋጣሚ ለወላጆችና ለወጣቶች ማስተላለፍ የምፈልገው መልእክት፤ አንደኛ ወቅታዊ ለሆነና ለሚያልፍ ችግር እጅ ስጥተን ትዳራችንን መፍታት እንደሌለብን ነው፤ ምክንቱም በትእግስትና በበጎ ጎኑ ካየነው በትዳር ውስጥ የሚፈጠር አለመግባባት ለመለወጥ ምክንያት ሊሆን ይችላል፤ እንዲሁም ወላጆች በትእግስት የሚከፍሉት መስዋእትነት የልጆን ህይወት ይታደጋል:: በተጫማሪም ወጣቶች በተለያዩ ምክንያቶች ለሚፈጠሩ ችግሮች እጅ ሳይሰጡ ጠንክረው ተምረው የተሻለ ደረጃ ለመድረስ መታገል አለባቸው:: ወላጅነት የሚጠይቀውን መስዋእትነት ለመቀበል ዝግጁ ያልሆነ ወጣት ልጅ ከመውለዱ በፊት ደጋግሞ ማሰብ አለበት፤ ልጅ ከተወለደ በኋላ ግን ወላጆች የሚወስኑት ማንኛውም ውሳኔ የሰው ልጅ ህይወት ላይ የሚወስን መሆኑን በመረዳት ሁሌም ራስን ለማሻሻል መሞከር ያስፈልጋል:: አንዳንድ ወላጅ እያረጀም የማይሻሻል ይኖራል፤ ከወለዳቸው ልጆች የወደፈት ህይወት ይልቅ የራስ ደስታን በማስቀደም ልጆች ተበትነው ቤተሰብ ይፈርሳል::

48

ከእኔ አባትና እናት ስህተት የተማርኩት ነገር በወቅቱ ሁሉቹም እርስ በእስር እልህ እንደተያያዙ ነው፤ በብዛት የሚጨቃጨቁበት የነብሩት ጉዳዮች ከባድ አልነበሩም፤ ነገር ግን በሰከነ መንፈስ ከመነጋገር ይልቅ በሀይል ችግሮቻቸውን መፍታት ይሞክሩ እንደነበረ አስታውሳለሁ:: ከወላጆቼም ይሁን ከራሴ የትዳር ቆይታ የተማርኩት ዋናው ነገር ማንም ሰው ትዳር ሲመሰርት ማንነቱንና አስተሳሰቡን ይዞ ነው፤ ያ ማንነትና አስተሳሰብ ደግሞ ከትዳር አጋሩ ጋር ተመሳሳይ ላይሆን ይችላል፤ ስለሆነም ቀስ በቀስ ለመቀበል የሚከብዱትንም ጉዳዮች ቢሆን ለጋራ ልጆች የወደፊት ተስፋ ሲባል ተቀብሎ ሰላም ፈጥሮ፤ መተሳሰብን በመጨመር ኑሮን የተሻለ ለማድረግ መጣጣር ያስፈልጋል፤ በተጨማሪም አብሮ የሚኖሩ ሰዎች መካከል በተለይ በትዳር ውስጥ፤ በተለይም ልጆች ከተወለዱ በኋላ፤ አልፎ አልፎ የሀሳብ ልዩነት ሊፈጠር እንደሚችል አምነን መቀበል አለብን::

ወደጀመርኩት ልመለስና ፤ ከትምህርት ቤት ምዝገባዬ በኋላ እኔና እናቴ እንዴት እስዋን ወደቤት መመለስ እንዳለባት መወያየት ጀመርን:: እኔ የሽምግልናውን ስራ ተያያዝኩት፤ አዴሌ ገጠር ውስጥ ፈጀፈጀ ቀበሌ ያለቸው እክስቴ ጂቱ ጋር ሄደን እስዋ እናቴን ወደቤት ወስዳ ከአባቴ እንድታስታርቃቸው አደረግኩ፤ እናቴም ወደቤት ተመልሳ እኔንና ልጆቻዋን ማስተማር ጀመረች:: ሰላም ወረደ፤ ከዛ በኋላ ሁለቱ ባልና ሚስት አዲስ ፍቅር ጀመሩ፤ ቤታችን ዳግም የደስታ ቤት ሆነ:: እኔም ትምህርቴን ተረጋግቼ መማር ጀመርኩ::

እኔ ሮቤ ለመማር ስሄድ የት እንደምኖርና ከማን ጋር እንደምኖር ምንም የማውቀው ነገር አልነበርም፤ ከተመዘገብኩ በኋላ እግዚአብሄር ነብሱን ይማረልኝና የልጅነት ወዳጄ 5ኛ ክፍል እኔ ትምህርት ሳቋርት የተለየሁት ወዳጄ ተረፈ ጀርና ወንድሙ ገበየሁ ጀር እኔ አቶ መኮንን ጌታነህ/የውድዋ ባለቤቴ አባት/ ግቢ የተከራዩት ትንሽዬ አንድ ክፍል ቤት ውስጥ በደባልነት አብረው ሊያኖሩኝ

ተስማሙ፡፡ በዛን ወቅት ሮቤ ዲደአ እየተማሩ ከነበሩት የሴፉ ተማሪዎች፤ አሳምነው ታደሰ፤ ገብሩ ታደሰ፤ ጌቱ ቲሊንቲ፤ ጌቱ ማሬ፤ መላኩ ፀጌ፤ ወንድወሰን፤ ደስታ፤ ውዴ ለገሰ፤ ኩማ ጀማል፤ ኢሳ ጀማል፤ አብዱልካሊቅ ረሺድ፤ አልማዝ አደሬ፤ ሂሩት አደሬ፤ አማረች ዘገየ፤አዜብ ዘገየ ነብሷን ይማርውና አየለች ዘገየ፤ ቤተልሄም ለገሰ፤ ሲሳይ አደሬ፤ ቦጋለች አደሬ፤ አየለ መኮንን፤ መስፍን ስሜ፤ በላይ ካሱ፤ ኢብራሂም አብዱልፈታይ፤ መለስ ጌታቸው፤ ፍስሀ በቀለ፤ ሰለሞን ደስታ፤ ግርማ ጌታቸው፤ ብርሀኑ አባቡ፤ አለማየሁ ለታ፤ መንግስቱ ገብሬ፤ ብርሀኑ መረጋ፤ አበራ ነገዎ፤ አስቻለው አባተ፤ ታደለ አሰፋ፤ መስፍን ታደሰ፤ ሰአት ኪሲ፤ አየለ መኮንን፤ ማርቆስ ሸጋው፤ አበራ ግዛቸው፤ ጀንበሩ ፈለቀ ወዘተ ነበሩ፡፡ ከነኚህ ሁሉ ጋር እጅግ ብዙ የማይረሱ ትዝታዎች አሉኝ፤ ለጊዜው ግን ስማቸውን ብቻ መጥቀሱ በቂ ነው፡፡ ሁላችንም አንድ የሚያደርገን ዋናው ጉደይ ዲደአ ለመማር የነበረውን የትራንስፖርት ችግርና እንዲሁም በዛ እድሜ ከቤተሰባችን ተለይተን፤ ቁጣ ጋግረን በልተን፤ በራሳችን ኖረን ውጤታማ መሆን መቻላችን ነው፡፡

ወዳጄ ተረፈ ጀሮና ወንድሙ ገበየሁ ጀሮ ጋር መኖር በመጀመሬ እጅግ ደስ አለኝ፤ የእናቴ ልጆች ጋር የገባሁ ያህል ነው የተሰማኝ፡፡ በነገራችን ላይ የወዳጄ የተረፈ ጀሮ ሞት እስካሁን በሞት ከተለዩኝ ዘመዶቼ ሁሉ ባስታወስኩት ቁጥር ሀዘን የሚሰማኝ አጋጣሚ ነበረ፡፡ ይህ መፅነፍ ለህትመት በዝግጅት ላይ እያለ የእናቴ መሞት ደግሞ የበለጠ ስለሞት እንዳስብ እያደረገኝ፤ መንፈሴ እየተረበሸ ነው፤ ለሁለቱም ነብሳቸውን በገነት ያኑርልኝ፤ የ9ኛ ክፍል ትምህርቴን እንደጀመርኩ አንድ አልጋ ላይ ለሶስት እንተኛ ነበረ፤ የተረፈ ጨዋታ ሁሌም አይረሳኝም፤ ከዲደአው ጓደኝነት በተጨማሪ እኔና ተረፈ ከአንደኛ ክፍል እስከ 4ተኛ ክፍል ስንማር ብዙ የጋራ ትዝታዎች ነበሩን፤ በተጨማሪም አባቴ የትምህርት ቤት ዘበኛ በነበረበት ወቅት የነተረፈ ቤት ትምህርት ቤቱ አጠገብ ስለነበረ ሁሌም እንገናኝ ነበረ፡፡ እኔና ተረፈ ጀሮ እጅግ ብዙ ብዙ ገጠመኞች ነበሩን፡፡ ሶስተኛ ክፍል

ተማሪ ሆነን እጅግ እንቀራረብ ነበረ፡፡ ተረፈም ጎበዝ ተማሪ ነው፡፡ እኔና እሱ እኩል ውጤት ማምጣት እንፈልግ ነበረ፡፡ አንድ የማይረሳኝ ትዝታ፤ የሂሳብ ፈተና ተፈትነን ሁለታችንም 9 ከ10 አገኘን፡፡ በዛን ወቅት አባቴ የትምህርቤት ዘበኛ ስለነበረ የመምህራኑን መሰብሰቢያ ቢሮ ቁልፍ እሱ ጋር ነበረ፤ በመሆኑም እኔ የመምህሩን ዶክመንት ማስቀመጫ የት እንደሆነ አውቅ ነበረ፡፡ ቀስ ብዬ ቁልፉን ከአባቴ ሰርቄ፤ የኔንም የተረፈንም ፈተና ወረቀቶች አውጥቼ የተሳሳትነውን ጥያቄ መልስ አስተካክዬ አስቀመጥኩ፡፡ ከዛ ሁለታችንም 10 ከ10 አገኘን፤ ከዚህም በተረፈ ሌሎች ብዙ የልጅነት ትዝታዎች ነበሩን፡፡

እንግዲህ ሮቤ ዲደአ የነበረኝ ደስ ደስ የሚሉ የተማሪነት ህይወት ቀጭኮ ወንዝ፤ ወደጤቃ መንገድ ዳር ባለው መስጊድ አጠገብ፤ አቶ መኮን ጌታነህ ግቢ ተጀመረ፡፡ ጎሮቤታችን አንድ አደገኛ ውሻ ነበረ፤ ማታ ውሻው ከተፈታ ወደቤት መግባትም ይሁን ከቤት መውጣት እንፈራ ነበረ፤ በዚህ አጋጣሚ እጅግ የማከብረውና በወቅቱ ለሴፉ ልጆች ለሁላችንም የጠንክር መስራት ምሳሌ ለነበረው መስፍን ስሜ የአሁኑ የአዳማው ዶከተር መስፍን ስሜ ታላቅ አክብሮቴንና ምስጋናዬን ላቀርብ እወዳለሁ፡፡ በዲደአ ቆይታችን መስፍንን እንደታላቅ ወንድማችን ነበር የምንመለከተው፡፡ መስፍን እጅጉን ቆንጆ የሆነ ስብእና ያለው ጠንካራ ተማሪ የነበረ ሲሆን በጥሩ ስነምግባሩ ለብዙ ተማሪዎች ምሳሌ እንደነበረ አብረውት ተማሩና በዲደአ መምህራን የነበሩት የሚመሰከሩት ሀቅ ነው፡፡ ከሚገርሙኝ የመስፍን ባህሪያት፤ ዝምተኛነቱ፤ የአረማመዱ ፍጥነት፤ ሮቤ ወንዝ ልብስ ለማጠብ ስንሄድ ሰውነቱን ሲታጠብ ለመታጠብ ለሚወስደው ጊዜና ጉልበት እኔ ይደከመኝ ነበረ፡፡ መስፍኔን ደፈር ብሎ ያናግረው የነበረው ተረፈ ነው፤ መስፍን ሰውነቱን ሲታጠብ ‹ምነው ይሄንን ያህል ቆዳ የምታለሰልስ መሰለህ እንዴ?› እያለ ይቀልድበት ነበረ፡፡

# የሮቤ ዲደአ የመጀመሪያ አመት ቆይታችን

የሮቤ ከተማ በዋናነት የምትታወቀው ከአከባቢው ካሉት የገጠር ከተሞች ማለትም ከስዲቃ፣ ከበሌ፣ ከሀቤ፣ ከአዴሌ፣ ከጁና፣ ከቡላሳ፣ ከዲክሲስ፣ ከሀሊላ ወዘተ በሚመጡ ተማሪዎች ነው፡፡ በሮቤ ከተማ ለተማሪዎች የሚከራይ ቤት የተለመደ ነው፡፡ ሮቤ የተማሪዎች ከተማ ናት ማለትም ይቻላል፡፡ ታዲያ እንደኛ ራቅ ካሉት ቦታዎች ለምሳሌ ከሴሩ ለሚመጡት ተማሪዎች ስንቅ መጫረስና በረሀብ መቸገር የተለመደ ገጠመኛችን ነበረ፡፡ ዋናው ችግር ከሴሩ በቀጥታ ወደሮቤ የሚመጡ መኪኖች በጣም ውስን መሆናቸውና በዝናብ ወቅት የበሌን ከተማ አቋርጦ የሚያልፈው የጎበርባር ወንዝ ይሞላና መኪኖች ማለፍ ያቅታቸዋል፡፡ እንዲሁም መንገዱ በዝናብ እየተበላሸ መኪኖች በጭቃ ተይዘው እስከ አስራ አምስት ቀን መንገድ ላይ ይቆሙ ነበረ፡፡ ስለሆነም ብዙ መኪኖች ከሮቤ ተነስተው በሌ ድረስ ብቻ ይሄዱ ነበረ፤ በመሆነም ወላጆቻችን ከሴሩ ስንቅ ለመላክ ይቸገሩ ነበረ፡፡

ለሴሩና ለአከባቢዋ ህዝቦች ከሁራታ ጀምሮ ሴሩ ድረስ የመኪና መንገድ ችግር ለብዙ አመታት ከባድ ችግር የነበረ ሲሆን አሁን ድረስም ችግሩ አልተቀረፈም፡፡ በቅርቡ የአስፋልት መንገድ ስራ ይጀመራል እየተባለ ነው፤ በተስፋ እንጠብቃለን፡፡

ከተረፈና ከገበየሁ ጋር ስንኖር በተለይ ጥቅምት ወር ላይ ማታ ማታ ብርዱ ስቃያችንን ያሳየን ነበረ፡፡ ሮቤ ከፍተኛ ቦታ ስለምትገኝ በጥቅምት ወር አከባቢ እጅግ ቀዝቃዛ ከተማ ናት፡፡ ሴላው የማይረሳኝ የሮቤ ትዝታዬ ታዋቂው የሻቆ ማገዶ እንጨት ነው፡፡ በሮቤ ቆይታችን ሻቆ እንጨት ስንገዛ መሬት የነበረቸው የመኝታ ፍራሻችንን ጊዜያዊ አልጋ ከማገዶው ሰርተን ከፍ እናደርጋታለን፡፡ ወሩ እየተጋመሰ ሲሄድ ሻቶው እንጨት ለቂጣ መጋገሪያነት እየተመዘዘ ያልቅና ፍራሻችን ወደነበረችበት ወደመሬት ትመለሳለች፡፡ ደግሞም ገንዘብ ከቤተሰብ

ሲላክልን ሄደን አንድ ጭነት ሻቶ እንጨት በ6 ወይ በ7 ብር እንገዛና ጊዜያዊ አልጋችን ተሰርቶ ፍራሻችን አልጋ ላይ ትሆናለች::

በዘጠነኛ ክፍል ቆይታዬ ዋናው ፈተና ቂጣ መጋገር መለማመድ ነበረ፤ የስንዴ ሊጥ ኩፍ ተደርጎ ኩፍታ ዳቦ ይጋገራል፤ ስሙን ቂጣ ነው የምንለው፤ ቂጣው የሚበላው በሸሮ ወጥ ሲሆን ከመስከረም እስከ ሰኔ ድረስ ዋና ምግባችን ነው:: ወጥ መስራትም ራሱ ልምድ ይጠይቃል:: የሸሮ ወጥ በቀላሉ ይወፍራል፤ ለማግበስበም ቀላል ነው፤ ሌላው የሚገርመኝ ትዝታ አብዛኛችን ቤት ጨልፋ አለመኖሩ ነው፤ የተሰራውን የሸሮ ወጥ በቂጣው ከድስቱ ውስጥ እንበላዋለን:: ብዙው ጊዜ አንዴ የሚሰራ ወጥ ለአንድ ጊዜ ይበላና ያልቃል:: በሮቤ ዲዴአ ቆይታችን ማህበራዊ ህይወቱ እጅግ ደስ ይል ነበረ:: አንዱ ምግብ ማዘጋጀት ሲጀምር የደረሰ ሁሉ ተመግቦ ነው የሚሄደው፤ ከአንዳችን ቤት ስንቅ ሲያልቅ ምግብ ፍለጋ ወደሌላው የሴሩ ልጅ ቤት መሰደድ ነው:: ዱሮ የተማሩ ሀገራችን ተማሪዎች ስንት/በኛ አጠራር ሬሽን/ አልቆባቸው ሸሮ በጥብጠው እስከመጠጣት መድረሳቸውን ነግረውናል::


በኛ የትምህርት ዘመን ግን ዋናው ችግር የትራንስፖርትና የኪራይ ቤት ክፍያ ችግር ነበረ:: ዘጠነኛ ክፍል ሮቤን እስክለማገመድ ከነተረፈና ከገበሁ ጋር ከቆየሁ በኋላ ከመለሰ ጌታቸው ጋር ለመኖር ወስነን ሮቤ ጠቄ ተብሎ በሚጠራው ሰፈር ተከራየን:: የተከራየነው የአንድን ቤተሰብ የመኝታ ቤት ነበረ፤ በመሆኑም ቤታችን መስኮት እጂ በር አልነበረውም፤ የምንገባውና የምንወጣው በአከራዩቿ ሳሎን ውስጥ ነበረ:: የቤቱ ኪራይ በወር 12 ብር ነበረ:: ትንሽ ከቆየን በኋላ መለሰ ከፍሰሃና ከሰለሞን ስዩም ጋር በመሆን ሶስቱ የህዋሬ ቀበሌ ተማሪዎች አብረው አንድ ቤት የመከራየታቸውን ሂደት ከዘጠነኛ/አስረኛ ክፍል የታሪክ ትምህርት ጋር በማገናኘት ፈነፈሌሽን አፍ ጀርመኒ የሚለውን ፈነፈሌሽን አፍ ሀዋሬ በማለት

ሰየምነው:: መለስ ከነፍስሃ ጋር ለመኛር ወደነ አየለ ግቢ ሲመለስ እኔ ደግሞ ከብርሀኑ አባቱ ጋር እዛው ጠቄ መኛር ጀመርኩ፤ ከብርሀኑ አባቱ ጋር እየኛርን እነመስፍን ስሜ ግቢ /አሜሪካን ግቢ/ አንዲት ክፍል ተለቀቆች፤ ክፍሏ ኩሽና አጠገብ ስትሆን ብዙ ቀዳዳዎች ነበራት:: ቢሆንም ከጠቄ ወደዲደአ መመላለሱ ብዙ ርቀት ስለሆነብን አሜሪካን ግቢ ትንሽየዋን ክፍል በወር 6 ብር ተከራይተን ገባን:: ለሁለት የቤት ኪራይ ክፍያችን ሶስት ሶስት ብር መሆኑ ነው:: የክፍልዋ ሌላው ችግር መብራት አልነበራትም:: ፋኖስ መግዛት የሚያስችል ገንዘብ ስላልነበረን ኩራዝ ነበር የምንጠቀመው:: እንደሚታወቀው የኩራዝ መብራት ጭስ ስለሚበዛው ጭሱን ለመቀነስና ጋዝም ለመቆጠብ የኩራዙን ክር ወደውስጥ እንስበው ነበር:: ራሳችን የፈጠርነው ዘዴ ነው፤ እንደዛ ስናደርግ የኩራዙ ጭስ ይቀንሳል:: ታዲያ የምናነበውን ደብተር በደንብ ወደኩራዙ ማስጠጋት ነበረብን:: በዛን ጊዜ ከነበረው ህይወታችን ምንም የፎቶ ትዝታ ልናስቀር ባለመቻላችን ያሳዝነኛል:: ዘጠነኛ ክፍል ተማሪ ሆኜ በ10 ወር ውስጥ 3 ጊዜ መኛሪያ ቤት ቀየርን፤ በሶስት ወር አንድ ቤት እንደማለት ነው፤ እንደዛም በችግር ተምረን የትምህርትቤት ውጤቴ ቆንጆ ነበረ፤ ሁለተኛ ሆኜ አመቱን አጠናቀቅኩ:: አስረኛ ክፍል ስንገባ በተሻለ ልምድ በተሻለ ዝግጅት ነው የመጣሁት::

እናቴ ወደቤት ስለተመለሰች ነገሮች ተስተካከለዋል፤ ከአባታችንም ጋር ሰማላቸው ጥሩ ደረጃ ነበረ፤ ለአስረኛ ክፍል ከመስፍን ታደሰ ጋር እነ አየለ ግቢ ገባን፤ አሁን የተረጋጋ ትምህርት መማር ጀመርን:: ከመስፍን ጋር ያሳለፍኩት ጊዜ እጅግ ደስ የሚል ነበር፤ መስፍኔ/ፍሬሹ/ ወደዲደአ ሲመጣ ትንሽ ልጅ ነበረ:: ከእለታ አንድ ቀን ምን እንዳጠፋ ባላውቅም ገረፌው ነበረ፤ ከመታሁት በኋላ ሲያለቅስ ደግሞ አሳዘነኝ፤ የመታሁህ እኮ እንደታናሽ ወንድሜ ስለማይህ ነው ብዬ አባበልኩት:: ታዲያ መስፍኔም ጎበዝ ተማሪ ነበረች....ዘጠነኛ ክፍል አንደኛ ደረጃ ተማሪ እንደነበረ ትዝ ይለኛል:: መስፍኔ ደስ የሚለው ባህሪው ረሃብ አይችልም፤

ሲርበው ጫወታ ያቆማል፤ ከንፈሮቹ ይደራርቃሉ፤ ስለሆነም ርቦት ምግብ ሲበላ ከሰው ጋር ንግግር ያቆማል፤ ምግቡ ትኩስ ቢሆንም ዝም ብሎ ይበላል... ሌሎቻችን አፉ ውስጥ ፍሪጅ ሳይኖረው አይቀርም ብለን እንቀልድበት ነበር።

ዲዴአ ከምንመገባቸው ምግቦች ውስጥ በስንዴ ሊጥ የሚሰራው ፉል የሚባል ምግብ ነው። አሰራሩ የስንዴ ዱቄት በወፍራሙ ይቦካና ይድበለበላል፤ የተድበለበለው ሳይደርቅ የፈላ ውሃ ውስጥ ይጨመርና ይበስላል፤ ከዘ ዘይትና በርበሬ ተጨምሮበት ደስ የሚል ምግብ ይወጣዋል። ብዙ ጊዜ ፉል የሚሰራው አርብ ቀን ወይም ስንቅ ሲያልቅብን ነው። ሌላው የሮቤ ዲዴአ ትዝታዬ ቅዳሜና እሁድ ከጥናት በኋላ ወደወህኒቤቱ ጋር ሄደን የምንበላው ጣፋጭ ሽንኩራ አገዳ ነው። በወቅቱ ከሮቤ ከተማ በወህኒቤቱ ጋር ወደሰዲቃ የሚወስደው መንገድ አዲስ መሰራቱ ነበረ። መንገዱ ለማታ ማታ የእግር ጉዞ በጣም ደስ ይል ነበረ። ሌላው የዲዴአ ትዝታዬ የመምህራኖቹ ነው። ገና ከዘጠነኛ ክፍል ስንጀምር የፊዚክስ መምህሩ ደረጄ ችሎታው እጅግ ይገርማል። እኛን ከብዶን የምንማረውን ትምህርት ለማስተማር ወደክፍል ሲመጣ ቾክና ዳስተር ብቻ ይዞ ይመጣል። ፊዚክስን በጥብቀ ነው ሚያጠጣው ብለን እናምግሰዋለን። ደረጄ ፈቱ ላይ ፈገግታ ታይቶ አይታወቅም፤ እንደሚያስተምረው ትምህርት ኮስተር ያለ ነው። መምህር መስፍን፤ ልሳነወርቅ፤ ተስፋዬ፤ ሽዋአግረህ፤ አስራት፤ አማረ፤ አይችሉሁም/ሽልንጌ፤ በሺር፤ ጤናዬ/ኪሱውስጥ አድስ ኪዳን መፅሀፍ ይዞ ክፍል ውስጥ መጥቶ የሚሰብከን/ መምህር የሱነህ፤ መምህር ይህደነ፤ መምህር ከበደ፤ ጋሽወገኔ፤ ይልማ ዘበኛው ጀማል/አርፋጆችን የሚገርፍበት አለንጋው/ መምህር ደሜ፤ መምህር ደጀኔ ደለለኝ፤ መምህር ነገራ፤ መምህር ሽፈራው፤ መምህር ተከስተ፤ ሙሉጌታ፤ መምህር ብርሀኑ ባዮሎጂ መምህር/ነብሳቸውን ይማር/...ከመምህራኑ ቀጥሎ ከየትምህርትቤቱ የተውጣጡት የዲዴአ ተማሪዎች ናቸው....የዲዴአ ትምህርትቤት ቆንጆ የመማሪያ ቦታ ነው። ተማሪዎች መካከል

ሰላማዊ የውድድርና የጥናት መንሰፍ አለ፦ ቀድሞ ስለነበሩት ነበዝ ተማሪዎች ለምሳሌ ስለ እንዳልካቸው ደቻሳ፤ ዳሙ ሽፈራው፣ ፍቃዱ ፈጠነ፣ ታገል አበራ ወዘተ የሚነገረው ታሪክ ለሰራ ያነቃቃን ነበረ፦

ከአርሲ ሮቤ ዲደአ ከፍተኛ ትምህርትቤት ካስተማሩኝ መምህራን ሁሴም በአእምሮዬ ካሉት መምህራን ውስጥ የታሪክ መምህሩ አላቅ ነው፦ መምህር አላቅ እጅግ ነበዝ መምህር ነው፦ ማየት የተሳነው ቢሆንም የሰው ልጅ አይን አእምሮ እንጂ አይን ብዙም መሰረታዊ እንዳልሆነ ህያው ምስክር ነው፦ መምህር አላቅ አይነስውር ቢሆንም ከቤቱ ተነስቶ በእግሩ እስከ ዲደአ ትምህርት ቤት ይሄዳል፤ በተጨማሪም በከፍለጊዜው ከአንዱ ክፍል ወደሌላው ክፍል ያለምንም ረዳት መንቀሳቀስ መቻሉና ክፍል ውስጥ በሚያስተምርበት ወቅት ረባሽ ተማሪዎችን ለይቶ ማወቁ ሁሴም የሚገርመኝና የማደንቀው ነው፦ በተጨማሪም አላቅ የሚያስተምረውን የታሪክ ትምህርት በጥልቀት ስለሚያውቅ ለተማሪዎቹ ትልቅ መምህር ነው፦ እንደ አላቅ ባሉ መምህራን መማር እጅግ መታደል ነው፦ መምህር አላቅ እግዚአብሄር እድሜሁን ያርዝመው፦ በአርሲ ሮቤ ዲደአ ከፍተኛ ትምህርትቤት የነበረኝ የተማሪነት ቆይታ መቼም ከአእምሮዬ የማይጠፋ ትዝታዬ ነው፦ እስካሁን በትምህርት ህይወቴ ካሳለፍኩባቸው ትምህርትቤቶች ውስጥ ለየት ያለ የትህምህርት ጊዜ የነበረኝ በኢደአ ነው፦ ከሁሉ በላይ ለትዳር የበቃው የፍቅር ህይወቴም እዛው ዲደአ እያለሁ የተጀመረ ስለሆነ የዲደአ ትዝታዎቼ ተነግረው አያልቁም፦ ዛሬ ድረስ የሚገርመኝ ከባለቤቴ ከወይንሹት ጋር ሴሩ ትምህርት ቤት ስድስተኛ ክፍል አንድ ክፍል ተምረን ነበረ፤ ከእለታ አንድ ቀን እናቴ ትልቅ ስትሆን ማንን ማግባት ትፈልጋለህ ብላ ጠየቀችኝ፤ እኔም ቆንጆዋን ወይንሹትን ብዬ መለስኩ…. ተሳቀብኝ፤ በድጋሜ እኔ ዘጠ ክፍል ስሆን ወይንሹት 9ኛ ክፍ ልትማር ሮቤ መጣች፤ ስድስተኛ ክፍል ለቀልድ የተባለው የአብር መሆን ሀሳብ ወደተግባር ሊቀየር አጋጣሚው ተፈጠረ…. መቀራረብ ጀመርን፦ ቢሆንም መተፋፈርም

ስለነበረ እንዲሁም በወቅቱ ፍቅር ከጀመርኩ ውጤቴ ይበላሻል የሚል ስጋት ስለነበረብኝ የበለጠ መቀራረብ አልፈለግኩም ነበረ፡፡ ቀስ በቀስ ግን ፍላጎት እየጨመረ መጣ፣ የበለጠም እየተቀራረብን መጣን....

ይቀጥላል....

አመሰግናለሁ... አስተያየታችሁን ላኩልኝ

ፍቃዱ ረታ አለማየሁ
ስልክ:- +251945794862
ኢሜይል:- fikadureta@gmail.com

# ያለውን የሰጠ፤ ንፉግ አይባልም!